TÌNH NGHĨA GIÁO KHOA THƯ
Nam Sơn Trần Văn Chi
Tái Bản lần in Thứ Ba, 2024

Tình Nghĩa Giáo Khoa Thư
Nam Sơn Trần Văn Chi

In ấn và phát hành tại California, Hoa Kỳ:
NXB Xưa và Nay ấn hành Lần Thứ Nhất, 2005
NXB Xưa và Nay - Tái bản - In lần Thứ Hai, 2006
NXB SỐNG - Tái bản - In lần Thứ Ba, 2024
(Có chỉnh sửa lỗi sai sót trong 2 ấn bản 2005-2006
và thêm hình ảnh minh họa theo bài)
Sách có bán trên mạng Amazon & nhà sách Tự Lực

Copyright© by Trần Văn Chi
All rights reserved
ISBN # 979-8-8693-1732-2

GS. Nam Sơn Trần Văn Chi
(Chụp bởi Nhiếp Ảnh Gia Thái Đắc Nhã)

Đánh máy: Nguyễn Mạnh Hiệp
Trình bày bìa và dàn trang: Lê Giang Trần

***

Hình vẽ minh họa được sử dụng từ sách
Quốc Văn Giáo Khoa Thư
(Nha Học Chính Đông Pháp xuất bản 1935)
và một số hình ảnh sưu tầm trên mạng

Email liên lạc tác giả:
tranvannamson@gmail.com

Nam Sơn Trần Văn Chi

Tình Nghĩa Giáo Khoa Thư

NXB SỐNG - Tái bản - In Lần Thứ Ba, 2024

Giáo Sư Trần Trọng Kim
(1882-1953)
Chủ biên bộ sách Quốc Văn Giáo Khoa Thư, 1923

ĐÔI LỜI LẦN IN TÁI BẢN THỨ BA
Tình Nghĩa Giáo Khoa Thư

Tình Nghĩa Giáo Khoa Thư nội dung lương thiện, đầy ắp tình người, nói lên đạo lý của con người Việt Nam nên ai đọc cũng ưa thích, đọc như đọc "chuyện đời xưa". Đọc chơi mà thấm về lâu về dài. Đọc đi đọc lại mà không thấy chán.

Bởi "Tình Nghĩa Giáo Khoa Thư" làm sống lại những gì mà bộ sách *Quốc Văn Giáo Khoa Thư* của Giáo Sư **Trần Trọng Kim** chủ biên, ra đời cách nay gần một thế kỷ mà giá trị còn gần như nguyên vẹn.

Bởi lịch sử dầu có thay đổi, phế hưng, nhưng người Việt Nam mình trước sau chỉ có một đạo lý là sống sao cho phải đạo với người xung quanh, với làng xóm, quê hương.

Đó là đạo đức. Nền đạo đức mà lẽ ra không phải bị mất ở bên trong và bị nhạt nhòa ở bên ngoài như hiện nay.

Cuốn "Tình Nghĩa Giáo Khoa Thư" phát hành lần thứ Nhất vào tháng 10 năm 2005 đã bán hết ngay sau khi ra mắt tại Quận Cam, Nam California. Tái bản in lần thứ hai ngay sau đó vào năm 2006, do vậy vẫn còn những lỗi sai sót của lần in ấn đầu tiên dùng cho việc tái bản.

Nay là lần in tái bản thứ Ba, năm 2024, đã được chúng tôi chỉnh sửa những khiếm khuyết về hình thức lẫn nội dung cũng như lỗi đả tự đã mắc phải trong hai ấn bản trước, và ấn bản này cũng được tăng thêm hình minh họa phù hợp. Mong rằng sự điểm xuyết lần này tác phẩm sẽ không còn thiếu sót chi.

Sách có bán trên mạng Amazon và nhà sách Tự Lực.

Cám ơn quý độc giả nhiệt tình ủng hộ. Cám ơn những tâm tình qua những lá thơ và email mà quý vị đã gởi đến chúng tôi.

California, Hoa Kỳ, đầu xuân 2024
Nam Sơn Trần Văn Chi

DẪN NHẬP
Tình Nghĩa Của Cuốn Sách

Nhiều thế hệ học trò của *Quốc Văn Giáo Khoa Thư* nay không còn nữa! Những cậu học trò *Quốc Văn Giáo Khoa Thư* với mái đầu "hớt móng ngựa" hay để "ba vá miểng vùa" nếu còn sinh tiền, thì nay tóc đã bạc màu!

Có người đã quên *Quốc Văn Giáo Khoa Thư*, nhưng khi nhắc lại vẫn gợi nhớ trong chúng ta về cái "thuở còn thơ, ngày hai buổi đến trường", nhớ lại thuở còn ê a những bài học khai tâm, vỡ lòng trong sách *Quốc Văn Giáo Khoa Thư*.

Dầu đã quên hay còn nhớ, nay nhắc lại vẫn làm cho bạn đọc dù nay là ông là bà, cũng đang sống lại ngày nào. Từng câu, từng chữ trong *Quốc Văn Giáo Khoa Thư* như khơi dậy trong tiềm thức của chúng ta một trời kỷ niệm về một quê hương thuở nào đó, như mơ, như thật...

Thuở đó, chữ Quốc Ngữ đã thay thế chữ Nam (chữ Nôm) ta, áp dụng trên toàn Việt Nam từ Bắc Kỳ, Trung Kỳ, Nam Kỳ.

Bộ sách giáo khoa đầu tiên bằng chữ Quốc Ngữ là bộ *Quốc Văn Giáo Khoa Thư* do Nha Học Chánh Đông Pháp giao cho quý ông Trần Trọng Kim, Nguyễn Văn Ngọc, Đặng Đình Phúc và Đỗ Thận cùng biên soạn, được Nha Học Chánh độc quyền xuất bản, phát hành và "nhà nước giữ bản quyền".

Bộ *Quốc Văn Giáo Khoa Thư* gồm ba cuốn:

1. Cuốn *Luân Lý Giáo Khoa Thư* dành cho lớp Đồng Ấu (Cours Enfantin) là sách tập đọc tập viết.

2. Cuốn *Quốc Văn Giáo Khoa Thư Lớp Dự Bị* (Cours Préparatoire) là sách tập đọc.

3. Cuốn *Quốc Văn Giáo Khoa Thư Lớp Sơ Đẳng* (Cours Élémentaire) là sách tập đọc.

Học hết lớp Sơ Đẳng, học trò ra trường tỉnh để học tiếp lớp Nhì, lớp Nhứt, rồi thi lấy bằng Tiểu Học.

Ai từng là học trò của *Quốc Văn Giáo Khoa Thư* ắt còn nhớ các hình vẽ trong sách. Hồi đó, học trò rất thích coi hình và còn thi nhau lật hình để tranh coi ai lật được nhiều hình hơn.

Hình hồi đó in ấn bằng kỹ thuật khắc trên gỗ chớ không phải lối in như sau này. Hình vẽ trên *Quốc Văn Giáo Khoa Thư* còn ghi lại trong mỗi chúng ta nhiều ấn tượng, có giá trị giáo dục không thua gì bài học.

Đối với các bạn trẻ, nội dung *Quốc Văn Giáo Khoa Thư* vẫn còn có đôi phần thích hợp, và tinh thần *Quốc Văn Giáo Khoa Thư* là cái gì đẹp, góp phần làm cho các bạn "*về nguồn*" và để "*bảo tồn bản sắc dân tộc*" vậy.

Đối với thế hệ tóc bạc, dầu bạn đã quên rồi hay còn nhớ chút gì ở *Quốc Văn Giáo Khoa Thư*, nay đọc lại cũng làm cho chúng ta yêu bản thân mình thêm và yêu quê hương của mình hơn...

Những bài học Luân Lý, Đạo Đức trong *Quốc Văn Giáo Khoa Thư* có giá trị sư phạm, góp phần giáo dục con người, nay vẫn còn giá trị.

Viết cuốn **Tình Nghĩa Giáo Khoa Thư**, chúng tôi muốn trang trải nỗi lòng của một người học trò *Quốc Văn Giáo Khoa Thư*, yêu mến kỷ niệm thuở thơ ấu, cũng như tỏ tấm lòng biết ơn đối với quý ông Trần Trọng Kim, Nguyễn Văn Ngọc, Đặng Đình Phúc và Đỗ Thận.

Cám ơn nhà văn Sơn Nam, vì truyện *"Tình Nghĩa Giáo Khoa Thư"* trong *"Hương Rừng Cà Mau"* đã làm "phải lòng" tôi.

Cám ơn hiền nội và những bà mẹ Việt Nam đã chịu thương, chịu khó, chắt chiu xây dựng gia đình như là một thiên chức, là nguồn cảm hứng cho tôi hoàn thành quyển sách này.

Ước mong bạn đọc xa gần góp ý, góp lời cho cuốn sách, để cho cuộc sống này thêm tình nghĩa như "*Tình Nghĩa Giáo Khoa Thư*" vậy.

California, Hoa Kỳ, Mùa Thu năm 2005
Tác giả
Nam Sơn Trần Văn Chi

TRẦN VĂN CHI

TÌNH NGHĨA
GIÁO KHOA THƯ

Xưa và Nay

Bìa sách tái bản in lần thứ hai - 2006
TÌNH NGHĨA GIÁO KHOA THƯ

GIỚI THIỆU
QUYỂN TÌNH NGHĨA GIÁO KHOA THƯ
Và Tâm Tình về thời gian đã mất
của người viết

GS. Nguyễn Văn Sâm

Tác phẩm nào cũng mang nhiều ít tâm tình của người sáng tạo, chỉ có điều là một tác phẩm thuần về khảo cứu thì sự thể hiện tâm tình hình như rất ít xảy ra. Quyển sách của GS. Trần Văn Chi thì không vậy, nó là nhịp cầu nối giữa sáng tác và nghiên cứu, cho nên nội dung chứa được tâm tình của người viết. Chỉ cần đọc thoáng qua thôi, người đọc sẽ nhận diện được ngay cái tình cảm nồng nàn của ông về *quá khứ và quê hương* bàng bạc trong từng trang sách. Một quá khứ thời trẻ mà ông trân trọng, ông thấy nó thanh bình, trong sáng ở trong một quê hương nho nhỏ nơi làng quê nghèo khó nhưng dễ thương của ông.

Sao vậy?

Bởi vì khi viết những bài trong quyển này, tác giả đã thả hồn về để *nhập làm một* với cậu bé con ở trong cái quá khứ năm mươi năm trước của mình. Bàn về đi học phải đúng giờ, ông nói về chuyện mình đi học ngày xưa, xách cặp làm bằng gì, bình mực như thế nào, áo quần, nón guốc ra sao; chuyện trường làng tôi với cái trống trường, với lớp học, với ông thầy; về kỷ niệm của mình và tâm sự đứa nhỏ khi đi đến trường. Nhân bàn về phải yêu kính thầy, ông nói về tình nghĩa thầy trò của thời đại mình, thời đại người thầy học được kính trọng xấp xỉ người cha, có sự sợ và thương thầy chân thật từ người trò, có ngày mùng ba Tết để học trò đi viếng nhà thầy. Chúng ta bắt gặp cả mấy chục trường hợp như vậy trong từng bài viết của Nam Sơn Trần Văn Chi.

Cách viết này có thể bị coi như không phù hợp với một quyển sách nghiên cứu nặng ký theo tiêu chuẩn trường ốc, nhưng lại rất phù hợp và ăn khách ở một tác phẩm đứng ở giữa nghiên cứu và sáng tác như trường hợp quyển sách các bạn đang cầm trên tay.

Tác giả Nam Sơn Trần Văn Chi đứng ở mặt nghiên cứu, khi nhắc lại cho biết các chi tiết cần thiết như: Sự hình thành và thời gian áp dụng chữ quốc ngữ, lý do thắng thế của chữ quốc ngữ trên chữ Nôm, Văn Thánh Miếu Biên Hòa và số phận tàn tệ của cơ chế này, cách coi giờ ngày xưa, cái đình làng và công dụng của nơi chốn đặc biệt ở thôn quê...

Những chi tiết này tuy có thể không được đào sâu bằng những tài liệu X,Y, tờ a, trang b, chúng ta có thể không mới lạ bao nhiêu đối với người chuyên môn nhưng cũng đủ làm cho người đọc trung bình thích thú khi nhớ lại, biết thêm vài chi tiết lý thú.

Ông cũng đứng ở mặt sáng tác khi viết với giọng tạp bút, ký để nói lên cảm nghĩ hay tán thán điều gì. Hai mặt viết này hài hòa, trộn lẫn nhau, hòa quyện nhau thành những bài viết nhẹ nhàng mà thấm thía, đọc chơi chơi mà bổ ích.

Đọc sách có thể giúp cho người đọc giải quyết nhu cầu tìm hiểu, có thể là một dịp thư giãn trí tuệ. Tôi thích đọc Nam Sơn Trần Văn Chi ở chỗ ông cho tôi sự thư giãn cần thiết khi sống giữa đời sống chạy đua với thời gian ở xứ người. Độc giả có thể thích Nam Sơn Trần Văn Chi ở mặt khác: những lan man rất dễ thương như bức thơ của Hoàng Hậu Nam Phương khi ông nhắc đến *"mỗi người có một chỗ quê hương trong lòng"*. Ông đi lạc sang ca dao và sinh hoạt hay lịch sử vùng này, vùng nọ. Ôi những câu ca dao ngọt ngào, chìm ẩn trong lòng ta bao năm, bây giờ được nghe lại đúng chỗ, đúng lúc, ... Ông cho chúng ta sự lâng lâng khi nói *"người Việt mình"* thế này, thế nọ. Tiếng người Việt mình nghe vừa thân thương, vừa gần gũi.

Đoạn ông bàn về công dụng của cái võng thì thật là tuyệt. Nó đầy đủ đã đành, còn man mác và có tác dụng đem ta vào quá khứ của thời thanh bình và trầm lắng của hơn nửa thế kỷ trước, khiến người đọc có thể thả hồn mình phiêu bồng vào thời gian có tiếng võng đưa (nhớ đến thi sĩ Bàng Bá Lân), có câu hát ru em ngọt ngào, có giọng à ơi của bà, của mẹ, của chị.

Những *câu cảm thán của tác giả* cũng vậy, lắm khi làm ta não lòng. Khi bàn về bữa cơm tối gia đình, ông hạ câu: *"Ở Hoa Kỳ, có nhà không coi trọng bữa ăn gia đình. Tiếc thay!"*

Tôi đắc ý với hai chữ *"tiếc thay"* của tác giả. Đó là tiếng than không cần nhiều lời, cũng không bằng gieo nặng giọng trách móc. Đó là sự thống trách dịu dàng rằng chúng ta xa xứ, và sai lầm ở chỗ xa luôn cả cái tập tục lâu đời đáng yêu do ông bà ta tạo dựng hàng bao nhiều thế kỷ nay. Cho thấy cái ngậm ngùi về một quá khứ đã mất, về một vẻ đẹp văn hóa của dân mình đã biến thiên theo thời gian và hoàn cảnh trong khi chúng ta có thể bảo tồn được.

Một vài điều *lời thiệt mích lòng* của tác giả cũng là từ nhận xét tinh tường về sinh hoạt chung quanh của người Việt mình: thói đi trễ trong sinh hoạt hội hè đình đám ở khắp nơi trên thế giới. Khi ông dẫn câu thiệu che dù của người đi trễ: *không thấy, không care, không nghe, không mắc cỡ*, tôi tin rằng tác giả đã từng có lúc nào đó đã mắc cỡ vì sự đi trễ quá độ của người mình mà ông là một thành viên.

Quyển sách gồm ba phần phù hợp với bộ sách của các ông Trần Trọng Kim, Nguyễn Văn Ngọc, Đặng Đình Phúc và Đỗ Thận. Toàn bộ là cái *luân lý dạy đạo làm người* sống cho phải đạo với người chung quanh và với quê hương. Khái niệm này ngày nay chúng ta gọi là đạo đức. Đó là những điều cốt yếu nhưng tối thiểu để làm người tốt trong xã hội, trong quốc gia. Tiếc thay gần đây, cả người trong nước và người ngoài nước đều không có dịp nhập tâm cái thứ đạo lý nhẹ nhàng và cần thiết này. Có nơi nó bị thay thế bằng thứ đạo đức phục vụ cho mục tiêu nhất thời không phải là cái đạo đức phục vụ con người nói chung và nước nhà Việt Nam nói riêng.

Đọc quyển sách cũng là dịp để chúng ta suy ngẫm về sự mất ngôi đáng lý không có của nền đạo đức xã hội đáng quý đó.

Xưa triết gia Bergson khi viết quyển sách thời danh về hai nền luân lý mở đóng có giá trị lý trí bao nhiêu thì quyển sách của Giáo sư Nam Sơn Trần Văn Chi về giá trị tâm tình với quê hương và đạo đức với xã hội cũng quan trọng không kém.

Tôi chắc rằng nhiều người sẽ thích quyển sách này. Có thể là đã nhập tâm với những gì mình học được từ bộ sách chánh của các ông Trần Trọng Kim, Nguyễn Văn Ngọc, Đặng Đình Phúc và Đỗ Thận, cũng có thể là khao khát được nghe lại cái đạo lý tưởng chừng như đã phai nhạt theo thời gian. Cũng như chúng ta rất thích cái truyện ngắn *Tình Nghĩa Giáo Khoa Thư* của nhà văn Sơn Nam trước đây, vì nó nhắc lại một cách có duyên những câu trong bộ sách.

Nói về sự hình thành quyển sách, Giáo sư Nam Sơn Trần Văn Chi tâm tình với tôi rằng ông yêu thích quá những vấn đề được đưa ra từ bộ sách của các ông Trần Trọng Kim. Ông đã sống với nó, ông được nó hướng dẫn để hành sử từng trường hợp trong đời mình như *Ta Không Nên Báo Thù, Phải Nhớ Ơn thầy, Chỗ Quê Hương Đẹp Hơn Cả*. Từ ưa thích qua đó, ông tìm cách khai triển theo chiều hướng dễ nhập tâm để người đọc cũng ưa thích quá như ông, một sự ưa thích có tác dụng tốt cho cá nhân và xã hội. Cách tốt nhất là viết từng kỳ như những lời tâm tình nhè nhẹ như nước chảy, mà thấm về lâu dài.

Tôi cho rằng quyển sách của Nam Sơn Trần Văn Chi là những lời tâm tình tốt. Nhiều khi có lặp lại, có xa đề, những đó là những khuyết điểm do sự lan man cần thiết và đáng yêu biết là bao nhiêu.

GS. Nguyễn Văn Sâm
(Rusk, những ngày tránh bão Rita, 10/05)

VIỆT-NAM TIỂU-HỌC TÙNG-THƯ

LECTURE (Cours préparatoires)

QUỐC-VĂN GIÁO-KHOA THƯ

(Sách tập đọc và tập viết)

LỚP DỰ-BỊ

(Sách này do Nha Học-Chính Đông-pháp đã giao cho ông TRẦN-TRỌNG-KIM, ông NGUYỄN-VĂN-NGỌC, ông ĐẶNG-ĐÌNH-PHÚC và ông ĐỖ-THẬN soạn)

NHA HỌC-CHÍNH ĐÔNG-PHÁP
XUẤT-BẢN
1935

Bìa sách QUỐC VĂN GIÁO KHOA THƯ
Xuất bản năm 1935

TỰA

GS. Phạm Cao Dương

Tôi có dịp đọc và chú trọng tới loạt bài của Nam Sơn Trần Văn Chi ngay từ khi những bài này được đăng trên nhật báo *Người Việt*, xuất bản ở Quận Cam, thuộc tiểu bang California, Hoa Kỳ, vào năm 2004. Những bài này lấy cảm hứng từ những bài học rút từ một bộ sách rất phổ thông trong giới trẻ học đường Việt Nam của một thời rất xa xưa, bộ *Quốc Văn Giáo Khoa Thư* của các ông Trần Trọng Kim, Nguyễn Văn Ngọc, Đặng Đình Phúc và Đỗ Thận. Chú trọng không phải vì giá trị thuần túy tình cảm và văn chương của những bài này, mà còn vì giá trị văn hóa, giáo dục, đồng thời cũng vì tác giả đã từng theo học tại trường Đại Học Sư Phạm Sài Gòn thời trước 1975, nơi tôi giảng dạy trước khi di tản sang Mỹ.

Trước Nam Sơn Trần Văn Chi, nhà văn Sơn Nam, thời trước 1975, trong tập truyện *Hương Rừng Cà Mau*, đã gửi tới độc giả của ông một truyện ngắn với cùng một nhan đề *Tình Nghĩa Giáo Khoa Thư*. Hai tác phẩm trước sau cùng chung một nguồn cảm hứng, mang chung một nhan đề, nhưng bản chất khác nhau, phản ánh một sự lựa chọn có suy tính kỹ càng, và sự tiếp nối một truyền thống tuy không xa với người đọc là bao nhưng đã phai nhạt rất nhiều, và dường như càng ngày càng trở thành một hoài niệm.

Quốc Văn Giáo Khoa Thư trong một thời gian rất dài cũng được dùng làm tài liệu giảng dạy trong các học đường của nước Việt Nam độc lập. Những bài học ngắn gọn, trong sách, đầy ắp tình người, đầy ắp hình ảnh của một quê hương Việt Nam thanh bình, hiền lành, dù cho bị ngoại nhân đô hộ, trước khi bị hận thù và chiến tranh tàn phá, trích từ những tác phẩm giáo khoa này đã được dùng làm những bài chính tả và những bài dịch, vừa đủ cho một bài học hay một giờ học.

Đi xa hơn nữa, để giúp cho những người muốn tự học tiếng Pháp, rồi sau này học tiếng Anh, người ta đã trích dịch rất nhiều để in thành sách. Hoàng Văn Lộc đã tuyển dịch và chú giải sáu mươi bài với nhan đề Quốc Văn Giáo Khoa Thư, Song Ngữ Việt-Anh, Tập I. Nhà xuất bản Xuân Thu ở California cũng xuất bản một tập dịch Anh-Việt khác vào năm 2003, chưa kể những công trình lẻ tẻ khác.

Tác phẩm của Nam Sơn Trần Văn Chi không được viết dưới hình thức truyện ngắn hay bản dịch sang ngoại ngữ. Được huấn luyện để làm giáo sư Sử Địa bậc trung học, với một cái nhìn rộng rãi hơn về lịch sử, coi lịch sử là toàn bộ cuộc sống trong quá khứ của loài người, của mọi tầng lớp người, không phải chỉ bao gồm các nhà lãnh đạo, các sinh hoạt chính trị, chiến tranh hay hòa bình. Lại ít nhiều được sống ở thời đất nước Việt còn chưa bị những biến cố đau thương tàn phá, thời con người Việt Nam còn chân chất, hiền lành, thật thà, nhân hậu, ông đã viết *Tình Nghĩa Giáo Khoa Thư* dưới một nhãn quan và một nội dung khác.

Tác phẩm của ông vừa có tính cách hoài niệm, vừa có tính cách giáo khoa, nhằm mách bảo cho người đọc về cuộc sống hiền lành, đơn giản, dễ thương đó. Ông viết như một nhu cầu cho riêng mình nhưng cũng cho những thế hệ tới, viết ra để tự mình còn nhớ được. Không viết ra thì sẽ mất, không còn tìm lại được nữa vì đó là về một thời đã qua, một thời không còn nữa, viết để đáp ứng và bổ khuyết cho truyện ngắn của Sơn Nam, viết để làm phong phú hơn truyện ngắn của Sơn Nam.

Nhận định này giải thích lối viết của ông. Nam Sơn Trần Văn Chi đã viết lan man, chuyện nọ nối tiếp chuyện kia, sự kiện này nối tiếp sự kiện khác. Nói theo ngôn từ thời thượng, ông đã viết theo lối tản mạn. Khởi đầu là *Quốc Văn Giáo Khoa Thư*, sau đó là chú giải, là kể chuyện đương thời, rồi lan man ra đến tận hải ngoại.

Người đọc cứ thế bị dẫn đi xa dần, nhưng mục tiêu thì vẫn vậy, vẫn bài học được đặt ra từ thời các tác giả của bộ sách giáo khoa phổ thông nhất, xuất bản lần đầu tiên vào năm 1923 này mới thoạt ngồi thảo luận với nhau hay mới ngồi vào bàn viết.

Người đọc do đó không hề cảm thấy mệt mỏi, mặc dầu vốn liếng hiểu biết về những con người và cuộc sống thời đó của họ không được là bao. Tất cả những gì Nam Sơn Trần Văn Chi viết đều đã diễn ra trên đất nước Việt Nam chưa tới ba phần tư thế kỷ trước. Tất cả cho đến năm 1945 hãy còn nguyên vẹn, với Trần Trọng Kim, người đứng đầu danh sách các tác giả như là một nhà giáo thuần túy, được mọi người vô cùng quý trọng. Sự quý trọng đó không cần được nói ra vẫn còn nguyên vẹn xuyên qua sự lựa chọn chung một nhan đề của Sơn Nam và của Nam Sơn Trần Văn Chi, bất chấp thời gian, bất chấp mọi thách đố của tình thế.

Đây là một tác phẩm nên đọc và đáng đọc, đặc biệt là đối với giới trẻ muốn tìm hiểu về văn hóa Việt Nam, về cuộc sống ở Việt Nam trong thời kỳ Pháp thuộc trước khi những cơn bão chính trị vô cùng khủng khiếp ào ạt tràn tới.

Tác phẩm này cũng xứng đáng được để vô các thư viện của các trường học như là một trong những sách đọc thêm cho tuổi trẻ tương lai, một khi nền giáo dục Việt Nam được cải thiện và phát triển hơn để mỗi trường đều có một thư viện riêng cho mình và học sinh được đọc nhiều sách hơn là một cuốn sách giáo khoa, theo đúng trào lưu tiến hóa chung của cả nhân loại.

GS. Phạm Cao Dương

PHẦN I
LUÂN LÝ GIÁO KHOA THƯ

1. Học hành cố chí lập thân nên người
2. Gia tộc là gì?
3. Anh em như thể tay chân
4. Biết ơn cha mẹ
5. Vâng lời cha mẹ
6. Kính trọng cha mẹ
7. Thờ phụng tổ tiên
8. Chọn bạn mà chơi
9. Ngày giỗ
10. Lịch sử nước nhà
11. Thương người như thể thương thân
12. Gần bùn mà chẳng hôi tanh mùi bùn

"Học hành cố chí lập thân nên người"
(Hình minh họa từ Quốc Văn Giáo Khoa Thư -1935)

HỌC HÀNH CỐ CHÍ
LẬP THÂN NÊN NGƯỜI

Xưa nước ta lệ thuộc Tàu trên một nghìn năm. Họ đem chữ Hán dạy ta nên gọi là Hán tự. Đời này qua đời khác, ta dạy lẫn nhau. Lâu ngày, người mình đọc trại theo giọng Nam, không đúng giọng Tàu, viết thì hình thù như chữ Hán. Lối học riêng đó của dân ta gọi là học chữ Nho. Vì lối học thời ấy mạnh ai nấy đọc, nấy dạy. Triều đình cử quan Đốc Học để quản lý học trò ở mỗi tỉnh, và quan Giám Thọ hay huấn đạo ở các phủ, huyện sắp đặt sĩ tử đi thi Hương, chọn nhân tài ra giúp đất nước.

Lúc Tây chưa vào, cả xứ Lục Tỉnh từ Bình Thuận trở vào chỉ có một trường thi Gia Định, cụ Nguyễn Đình Chiểu đậu Tú Tài ở Gia Định năm 1843, đời Thiệu Trị năm thứ 3[1].

---

1 Xứ Nam Kỳ Lục Tỉnh ban đầu chỉ có trường thi Tú Tài ở Gia Định và Văn Thánh Miếu ở Bình Dương. Năm 1863, ba tỉnh miền Đông bị Pháp chiếm, cụ Phan Thanh Giản là Khâm Sai Đại Thần được vua Tự Đức cử làm Kinh Lược ba tỉnh miền Tây, đồn trú tại Vĩnh Long. Cụ cho lập:
- Trường thi Tú Tài tại An Giang (Châu Đốc)
- Văn Thánh Miếu tại Long Hồ (Vĩnh Long)

Khi Tây chiếm Gia Định, rồi ba tỉnh miền Đông, họ bắt đầu dùng chữ quốc ngữ (loại chữ lấy mẫu tự la-tinh a,b,c... phiên âm tiếng Việt) thay thế chữ Hán trong giao dịch và giáo dục.

Đến ngày 18 tháng 9 năm 1924, toàn quyền Đông Dương là Merlin ra quyết định đưa chữ quốc ngữ vào dạy ở cấp Sơ Học trên toàn nước Việt Nam ta. Bài *Trường Học* trong Luân Lý Giáo Khoa Thư là nói về trường học trong bối cảnh sau 1924: dạy và học chữ quốc ngữ.

Ở trong Nam, Tây thiết lập hệ thống làng xã rất sớm, xây dựng nhà việc, lập trường Sơ Học, chợ và phố xá...

Mỗi trường Sơ Học thường có ba phòng học cho ba lớp Đồng Ấu, Dự Bị và Sơ Đẳng. Trường xây dựng bằng gạch, lớp ngói cao ráo, sạch sẽ, vững chắc. Trường học xây dựng ở khu thị trấn gần chợ, phố, cạnh sông... thuộc khu phố, thị tứ, đông dân cư.

Trường học là một hình ảnh của văn minh phương Tây, rực rỡ giữa làng mạc, nhà cửa đơn sơ, lạc hậu của ta, có giá trị chinh phục lòng người không ít. Tác giả tả cảnh trường học ở làng như sau:

"Đồng hồ sắp đánh tám giờ, học trò tấp nập đi học, lũ năm lũ ba, tay cặp sách, vừa đi vừa chuyện trò vui vẻ. Đến trường, ai nấy vào học, các lớp học rộng rãi, mát mẻ".

Hồi đó, học trò đi học ngày hai buổi, nghỉ ngày thứ Năm và Chủ Nhựt. Bấy giờ ít ai có đồng hồ. Làm việc gì cũng canh tiếng gà gáy, nhìn con nước lớn nước ròng, dòm mặt trời... mà đoán định thời gian. Chùa thì có giờ công phu. Trường học thì có trống báo giờ. Tây vào họ đem đến cho mình một dụng cụ đo thời gian gọi là cái đồng hồ. Cái đồng hồ xưa treo trên vách, có quả lắc *"trứng dái"* đưa qua đưa lại kêu tíc tắc. Mặt đồng hồ có hai cây kim chỉ giờ và phút. Đồng hồ chạy được nhờ có cuộn dây thiều. Kim đồng hồ quay hết 24 tiếng gọi là một ngày, một đêm bằng vòng quay của trái đất là: 23 giờ, 56 phút, 4 sao (tính tròn là 24 giờ). Mỗi giờ đồng hồ gõ một tiếng (trong Nam không kêu là đánh) và cứ 15 phút có tiếng nhạc nên gọi là đồng hồ đờn.

Ngày nay trẻ con sanh ra đã nhìn thấy cái đồng hồ: nào là đồng hồ báo thức (reo), đồng hồ đeo tay, bỏ túi... nên không có được cái cảm xúc của học trò thời *Luân Lý Giáo Khoa Thư*.

Hồi nhỏ học trò đến trường rất sớm để chơi đánh đáo, đá cầu, bắn cu li; con gái thì chơi nhảy dây, đánh tên (đánh đũa), nhảy lò cò... Nghe trống đánh ba hồi, lại ba dùi, thì chạy ùa về trường, xếp hàng mà mặt mũi còn mồ hôi, còn luyến tiếc cuộc chơi.

Cái trường Sơ Học của tôi hồi nhỏ ở làng Tân Hòa, quê hương kháng chiến của Trương Công Định, nền cao tới bụng, tam cấp bước lên bề thế, cửa cái có hai cánh to, cửa sổ lá sách mở rộng, sáng sủa. Mái lợp ngói đỏ, nền lót gạch Tàu màu đỏ đậm. Trong khi đó trường học trong xóm mà bọn tôi học vỡ lòng, học ráp vần xuôi, vần ngược thì nghèo nàn, thầy trò nhố nháo.

Hình ảnh trường làng thời xưa luôn luôn là một chút gì thơ mộng, không sao tả hết, và có lẽ mỗi người trong chúng ta, ai đã từng sống trải qua mới cảm thông nổi. Hình ảnh ấu thơ êm đềm dưới ngôi trường làng có bóng cây to, cạnh ao làng, nay không còn tìm lại được nữa!

Chúng ta nghe Luân Lý Giáo Khoa Thư viết tiếp:

"Thầy giáo hết lòng dạy các cậu, mà các cậu học hành rất chăm chỉ. Sự học hành cần lắm. Ta phải rủ nhau đi học. Có học mới khôn được".

Hồi xưa học trò trong Nam ôm cặp bằng đệm, đội nón đệm, mặc áo bà ba, quần cụt, chân đi đất. Sau này mới có áo sơ mi trắng, cặp da, nón nỉ. Giấy viết hồi đó là giấy manh, mua về phải gạch hàng. Sau này có tập vở cahier khổ nhỏ: 32, 50, 100 trang.

Học trò xưa viết chữ rất đẹp, nhờ thầy giáo dạy nắn nót từng nét. Viết bằng cây viết có ngòi chấm mực, dùng mực tím viết chữ. Thầy giáo xưa rất chăm chỉ, là mẫu mực cho xã hội. thầy rất gần gũi với cha mẹ, làng xóm.

Không thầy đố mày làm nên.
Muốn sang thì bắc cầu kiều,
Muốn con hay chữ phải yêu lấy thầy.

Hồi đó thầy giáo được đào tạo thế nào?

Ban đầu được chọn từ những người đậu Tiểu Học, hoặc nếu không đậu thì phải có chữ viết tốt. Họ ăn lương làng xã hoặc ăn lương tỉnh. Cả hai loại quyền lợi đều thua các thầy ký, thầy thông, mặc dù xuất thân như nhau.

Hồi Tây mới mở trường làng, dân không ai chịu cho con đi học, vì sợ triều đình hoặc sợ Tây bắt con đi Tây luôn. Do đó ban đầu làng bắt buộc, cưỡng chế cha mẹ đem con đi học. Dù vậy cũng không đủ số học trò cho mỗi lớp.

Kết luận bài Trường Học, tác giả Luân Lý Giáo Khoa Thư viết:

"Khuyên con, con sớm chuyên cần.
Học hành có chí lập thân nên người".

Học hành quả là cần thiết. Nó là chìa khóa mở cửa trí tuệ con người. Cha mẹ Việt Nam ta xưa dầu ít học nhưng ai ai cũng lo toan cho con mình đi học, dù học chữ Hán, chữ Nôm, chữ quốc ngữ, chữ Tây. Thế mới thấy rằng dân tộc mình xưa nay vốn hiếu học, và rất coi trọng người trí thức, người có chữ nghĩa.

Sĩ, Nông, Công, Thương

Trong nếp thang nghề nghiệp, Sĩ xếp đầu. Người trí thức, kẻ sĩ luôn được đề cao. Nói về thứ bậc trong xã hội thì người thầy chỉ đứng sau vua mà thôi:

Quân, Sư, Phụ

Sang hải ngoại, cái tinh thần hiếu học của người mình cũng đã được khẳng định, làm rạng danh dân Việt vậy.

Học trò trong lớp đứng nghiêm khoanh tay đọc trả bài.
(Hình minh họa từ Quốc Văn Giáo Khoa Thư -1935)

GIA TỘC LÀ GÌ?

Bài Gia Tộc là bài mở đầu nói về "bổn phận đối với gia tộc" trong Luân Lý Giáo Khoa Thư, có tánh cách khai tâm, vỡ lòng.

Gia tộc là gì?

Tác giả Luân Lý Giáo Khoa Thư dạy rằng:

"Người ta ai cũng có gia tộc, nghĩa là có ông bà, cha mẹ, chú bác, cô gì, anh em, chị em. Ta khôn lớn lên, ta học tập được thành người, cũng nhờ có gia tộc."

Gia tộc nói chung là họ hàng cùng huyết thống, mà tác giả đã kể ra thật dễ hiểu, dễ nhớ, trẻ con dễ hình dung. Tuổi thơ khó phân biệt chú bác, cô dì. Lớn lên, người học trò qua thực tế cuộc sống sẽ phân biệt ra: chú là em của cha, bác là anh của cha (nói theo miền Nam); cô là chị hay em gái của cha, dì là chị hay em gái của mẹ. Tiếng xưng hô của người mình xem ra rõ ràng và thứ bậc quá. Ở Âu Mỹ, họ không có được như ta. Có lẽ do họ không có nếp sống, cấu trúc dựa vào nền tảng gia đình, mà nặng về cá nhân. Ra hải ngoại, tinh thần gia tộc của người mình, do hoàn cảnh, khác hẳn lúc ở quê nhà. Nhưng nói gì thì nói, người Việt mình thành công nhiều ở hải ngoại nhờ biết dựa vào nền tảng gia đình, gia tộc.

Gần một thế kỷ trước, tác giả Luân Lý Giáo Khoa Thư khẳng định: *"Ta học tập được thành người cũng nhờ gia tộc"*. Xem ra giờ này còn đúng, nhứt là đối với người hải ngoại. Cha mẹ Việt Nam quan niệm chữ "thành người" không phải là đủ 18 tuổi, mà phải có vợ có chồng, sanh con đẻ cái, có nhà cửa cơ ngơi... Những ai là cha là mẹ chắc chia sẻ được với tác giả của Luân Lý Giáo Khoa Thư.

Con hơn cha là nhà có phước.

Người cha trong xã hội Việt Nam luôn là căn bản, có tánh cách quyết định tương lai của con cái. Nên mới có câu:

Con không cha như nhà không nóc,
Con có cha như nhà có nóc.

Vai trò người cha luôn tiêu biểu, gương mẫu, vạch đường cho con cái. (Trường hợp gia đình tổng thống Kennedy, tổng thống Bush, gần giống như phong cách Việt Nam).

Tác giả Luân Lý Giáo Khoa Thư tiểu dẫn một gia tộc như sau:

"Nhà tôi có ông bà, cha mẹ, anh mẹ và chị em tôi. Cha tôi thì đi làm để nuôi cả nhà. Mẹ tôi thì trông nom dạy bảo chúng tôi và coi sóc việc trong nhà. Chúng tôi lúc nào cũng nết na dễ bảo, để cho ông bà cha mẹ được vui lòng".

Luân Lý Giáo Khoa Thư mô tả gia tộc thời xưa chỉ có người ta đi làm. Nay thì khác, cả cha mẹ phải đi làm, nhứt là ở Mỹ, mới có đủ lo cho gia đình. Và may mắn thay, các gia đình Việt Nam nào còn ông bà ở nhà trông nom cháu, đóng vai "nội tướng". Cái này người Mỹ khác ta, họ không có cảnh bà trông cháu. Việc dạy dỗ con cái ở nhà thường là nhiệm vụ của người mẹ, nên tánh tình, nếp sống, ăn ở đối xử nói chung của con cái chịu ảnh hưởng nơi người mẹ rất nhiều.

Con hư tại mẹ, cháu hư tại bà

Người mình dạy con cái trước hết là phải vâng lời, nết na, dễ bảo, lễ phép.

Cá không ăn muối cá ươn,
Con cãi cha mẹ trăm đường con hư.

Hoặc

Áo mặc sao qua khỏi đầu

Giáo dục ở đây, Hoa Kỳ, khuyến khích trẻ em phát triển tự do. Ở một xã hội đa chủng tộc, đa văn hóa như thế mà người Việt Nam mình biết sống dựa vào gia tộc nên gia đình bền vững.

Trong phần kết Luân Lý Giáo Khoa Thư viết:

"Kể cả trong họ thì có chú bác, cô dì, anh em, chị em họ, là những người cùng máu mủ với tôi".

Gia tộc kết nối với nhau bằng máu mủ, tức là huyết thống.

Một giọt máu đào hơn ao nước lã.

Quý báu thay là tình nghĩa do huyết thống gia đình, gia tộc. Và quý hơn nữa là tình nghĩa đồng hương, đồng bào của người Việt Nam. Nhưng nếu cái gì cũng "đồng hương ủng hộ đồng hương" hay "người Việt bầu cho người Việt" thì xem chừng quá đáng chăng? Tinh thần gia tộc là tốt, nhưng nếu quá đáng sẽ thành hẹp hòi, cục bộ, địa phương!

ANH EM NHƯ THỂ TAY CHÂN

Gia đình người mình xưa nay gồm có ông bà, cha mẹ và anh chị em. Cái hình ảnh đó, gia đình ba thế hệ, tới nay vẫn còn ở quê nhà. Đó là nét đặc thù và độc đáo của văn hóa Việt Nam.

Mỗi gia đình Việt Nam xưa có từ bốn con trở lên và "bắt buộc" trong đó phải có con trai nhằm để nối dõi tông đường và thờ phụng tổ tiên. Cái suy nghĩ đó có vẻ "xưa quá rồi", nhưng thực tế vẫn còn trong tâm thức nhiều người mình. Thời Tây qua chiếm nước ta, họ khuyến khích dân ta đẻ nhiều. Gia đình nào đẻ sáu con trở lên thì được thưởng, được mời đi dự "đấu xảo" cho mọi người biết. Gia đình nào không sanh con coi như vô phước, và còn có tội với ông bà tổ tiên nữa.

Người xưa nói đời người ta có hai cái phước lớn, đó là có nhiều con và nhiều của.

Đặng hào[2] con
Đặng hào của

Nhiều của, giàu có là mạnh, là có thế lực. Và người nhiều con cũng mạnh, cũng có thế lực không kém người nhiều của.

Cha mẹ nuôi con khôn lớn thành người thật quá vất vả, khó khăn. Nhưng còn có nỗi khó khăn nữa là làm sao

---
2 Hào: Có người viết là Hàu, có nghĩa là có thế lực, tài giỏi hơn người.

dạy dỗ con cái biết yêu thương và thuận thảo với nhau. Nay ta làm cha mẹ mới hiểu và thương cho nỗi lo lắng của các bậc cha mẹ, thông cảm với các bậc cha mẹ.

Luân Lý Giáo Khoa Thư do đó có bài *Anh Chị Em*, và mở đầu với câu nói rằng: *"Anh chị em trong nhà nên hòa thuận và nhường nhịn lẫn nhau, chớ nên tranh giành, cãi cọ nhau để cho cha mẹ khỏi phải phiền lòng".*

Đúng vậy, cha mẹ rất phiền lòng, không vui khi thấy các con tranh giành, cãi cọ.

Nhớ lại hồi còn nhỏ, anh em trong nhà thường giành ăn, giành chơi, cãi cọ, đánh nhau nữa! Cha mẹ là người luôn phải phân xử có tánh cách giảng hòa, ép đứa này, rầy đứa kia... cốt sao cho anh em hòa thuận.

Bất hòa phải chăng là bản chất tự nhiên của tập thể, dầu đó là gia đình. Do vậy, phải có giáo dục, khuyên bảo, và phải có phép nước, lệ làng, gia pháp.

> *Uốn cây tự thuở còn non*
> *Dạy con tự thuở con còn ngây thơ*

Dạy dỗ con người quan trọng là dạy từ lúc còn nhỏ, đúng như câu tục ngữ trên đã nói. Nếu không thì khi lớn lên trẻ con rất khó dạy bảo theo nề nếp của gia đình.

Quả không sai.

Đúng như vậy. Luân Lý Giáo Khoa Thư dạy anh chị em phải biết nhường nhịn nhau.

Tại sao?

Bởi vì anh chị em là những người có cùng huyết thống, gia tộc, cho nên vì tình đó mà phải hòa thuận, nhường nhịn nhau. Đó là đạo lý của người Việt Nam, ai không giữ sẽ bị cười chê, lên án!

Khôn nhà dại chợ

Hoặc:

Khôn ngoan đối đáp người ngoài
Gà cùng một mẹ chớ hoài đá nhau

Nhân năm tới là năm Ất Dậu, nói chuyện con gà một chút.

Ở nhà quê, nhà nào cũng có nuôi một bầy gà bao gồm một con gà cồ (gà trống), nhiều gà mái và có nhiều đàn gà con, gà giò... Gà cồ để đạp mái, để gáy báo giờ buổi sáng. Gà mái cho trứng, cho gà con. Đàn gà con trên một tháng tuổi, sắp "lẻ mẹ", sắp "rã bầy" thường đá nhau. Nhưng khi lớn lên chúng không đá nhau bao giờ. Muốn chúng đá nhau phải bôi mặt nó bằng lọ nghẹ (lọ nồi màu đen), để nó không nhận ra là cùng một bầy, một mẹ. Do vậy tục ngữ có câu:

Gà nhà bôi mặt đá nhau

nhằm giáo dục anh chị em phải nhường nhịn, hòa thuận, không nên tranh giành.

Trở lại chuyện không có con trai nối dõi tông đường, ta nhớ lại đời ông vua Tự Đức. Vua Tự Đức (1829-1883) là con của vua Thiệu Trị và bà Từ Dũ, là ông vua trị vì lâu đến 36 năm. Đối với nhà Nguyễn, ông có hai tội lớn (theo tâm sự của ông), đó là: Không có con trai nối ngôi (Tự Đức bị bệnh không có con) và để làm mất nước (Nam Kỳ thành thuộc địa Pháp). Nếu Tự Đức có con trai nối ngôi thì không có việc để ba ông Tôn Thất Thuyết, Nguyễn Văn Tường, Trần Tiễn Thành, tạo sự phế lập, gây bất ổn nơi triều chánh để nước nhà dễ rơi vào tay Pháp về sau (?)

Về bài học anh chị em phải nhường nhịn nhau, nhớ lại bài vè ở miệt Lục Tỉnh được nghe hát lúc hồi nhỏ:

Tập tầm vông[3]
Chị có chồng, em ở giá
Chị ăn cá, em mút xương
Chị nằm giường, em nằm đất
Chị hút mật, em liếm ve
Chị ăn chè, em liếm bát
Chị coi hát, em vỗ tay...

Bài hát vè nói lên sự nhường nhịn rất hay, nghe rất ngộ nghĩnh mà nay ít thấy hát, cũng không thấy sách vở nào nói tới nữa.

Anh em như thể tay chân

Là câu kết luận của bài dạy *Anh Em Chị Em* của các tác giả sách Luân Lý Giáo Khoa Thư.

Đến đây khiến nhớ lại chuyện ba chị em con của ông Thành Hầu Nguyễn Kim, người có công trung hưng nhà Lê. Đó là Ngọc Bảo (chị cả), Nguyễn Uông, và Nguyễn Hoàng[4].

---

[3] Tập tầm vông là nghĩa như thế nào? Cây tầm vông là một loại cây giống như cây tre nhưng đặc ruột và thân cây thuôn nhỏ cao khoảng một tầm tay hơn, từ dưới gốc trở lên đều có thể nắm gọn trong lòng bàn tay, nên được người học võ thuật có thể dùng để luyện côn pháp, hay được sử dụng như một cây gậy và làm vũ khí mà không bị người Tây chú ý. Vì vậy thời người Việt kháng chiến chống Pháp, người dân dùng nó, gọi là "tầm vông vạt nhọn" thay thế cho cây giáo. Chữ Tập còn có nghĩa là múa: Tập võ, múa võ.

[4] Nguyễn Hoàng (1524-1613): Sau khi nghe câu nói của Trạng Trình:
Hoành Sơn nhất đái / Vạn đại dung thân
bèn nhờ người chị là Ngọc Bảo xin với Trịnh Kiểm vào trấn phía Nam. Năm 1558, ông dẫn theo thủ hạ, họ hàng người ở huyện Tống Sơn (quê hương của Nguyễn Kim), vào trấn thủ Thuận Hóa. Bề ngoài hiếu hòa với họ Trịnh nhưng bên trong lo phòng thủ, mở mang thân thế về phía Nam, khuất phục Chiêm Thành, lập nên phủ Phú Yên năm 1611, mở đầu cho cuộc Nam tiến.

Ngọc Bảo thấy chồng là Trịnh Kiểm đã âm mưu giết chết Lăng Quốc Công Nguyễn Uông (vì e sợ họ Nguyễn tranh mất quyền), nên bèn xin với chồng cho em là Nguyễn Hoàng vào trấn phía Nam. Và từ đó mới có nhà Nguyễn khởi từ Gia Long. Chuyện ba chị em, con của Nguyễn Kim, làm chuyển động, thay đổi cả lịch sử Việt Nam, và để lại trong lòng chúng ta một ý nghĩa sâu sắc về câu nói:

Huynh đệ như thủ túc
Phu thê như y phục

Sự nhẫn nhục, nhường nhịn đối với người ngoài, ở xã hội, mang ý nghĩa giao thiệp "hòa nhi bất đồng", nhằm tìm lấy sự yên bình. Vì có câu:

Một câu nhịn, chín câu lành

Khác với sự nhường nhịn trong nhà, là do sự thương yêu, chiều chuộng nhau giữa những người cùng huyết thống. Sự nhịn nhục, hòa thuận giữa anh chị em còn có ý nghĩa đoàn kết, tạo sức mạnh. Như câu chuyện một nắm đũa và chiếc đũa. Nắm đũa bẻ không gãy, chiếc đũa bẻ sẽ bị gãy ngay. Câu chuyện mà hồi nhỏ ai trong chúng ta cũng có lần nghe qua.

Nhịn cho nên cửa nên nhà
Nên kèo, nên cột, nên xà, đòn dông[5]

Cột, kèo, xà ngang xà dọc cùng đòn dông nương tựa nhau làm cho nhà đứng vững. Tách ra khỏi sườn nhà, bản thân chúng không có giá trị nào.

---

5 Đòn dông: Cây đòn tay chánh (Cây đòn tay thứ nhất), đặt chỗ giáp hai đầu kèo, trên đầu các cây cột cái. Đòn dông ảnh hưởng đến vận mạng gia chủ (?), nên người xưa cất nhà phải nhờ cha mẹ hoặc ông bà gác đòn dông giùm. Nếu không có người gác giùm thì gia chủ cất nhà không có đòn dông. Hai đầu đòn dông thường bịt bằng vải đỏ để ếm trừ ma quỷ không nhập vào nhà qua ngã đòn dông (?).

Dù sao trong thực tế, có nhiều gia đình chị em không hòa thuận, làm gia đình ly tán, gây khổ đau cho cha mẹ biết chừng nào! Thế mới nói rằng:

Sanh con chớ ai sanh lòng

Người Việt Nam ở nước ngoài, cái cảnh anh chị em bất hòa, không nhường nhịn nhau không phải là ít! Thảm cảnh ấy làm cho nhiều bậc cha mẹ phải bấm bụng đi ra ở riêng, thuê se phòng với người khác hoặc về Việt Nam sống đơn độc trên quê hương.

Thế mới thấy bài học Anh Em Chị Em hòa thuận, nhường nhịn của Luân Lý Giáo Khoa Thư có ý nghĩa lắm và cần thiết lắm. Làm con phải thương yêu nhau, nhường nhịn nhau để cha mẹ khỏi phiền lòng. Mai đây khi ta là cha là mẹ chắc cũng phiền lòng khi nhìn đàn con mình tranh giành, cãi cọ, bất hòa. Đời là một chuỗi xoay vần, tuần hoàn. Nhưng mãi hễ là cha là mẹ thì ai cũng mong muốn con cái trong nhà hòa thuận nhau.

Cha dạy hai con rằng
"Anh em như thể tay chân".
(Hình minh họa từ Quốc Văn Giáo Khoa Thư -1935)

BIẾT ƠN CHA MẸ

Tác giả Luân Lý Giáo Khoa Thư dùng hai câu cách ngôn:

*Công cha như núi Thái Sơn
Nghĩa mẹ như nước trong nguồn chảy ra*

để dạy học trò lớp Đồng Ấu về bổn phận của con cái đối với gia tộc. Đó là bài Biết Ơn Cha Mẹ.

Ở xã hội Tây Phương, người ta chú ý về phép lịch sự, phép học làm người. Mà lịch sự là "ước lệ do những con người sống chung trong xã hội đặt và đồng thuận", sao tránh được điều phật lòng nhau[6]. Do đó, lịch sự Tây Phương khác với luân lý của ta, vì luân lý là *"điều lý, lề lối, lằn mức để tránh việc xấu và theo việc tốt"* (Tự Điển Thanh Nghị).

Biết ơn cha mẹ là bổn phận của con cái, là đạo hiếu của xã hội, thuộc về phạm trù luân lý người Việt ngày xưa. Do đó, cụ Đồ Chiểu đã mở đầu cho tác phẩm nổi tiếng *Lục Vân Tiên* với hai câu để đời về giá trị luân lý:

*Trai thời trung hiếu làm đầu,
Gái thời tiết hạnh là câu trau mình.*

Để dạy học trò tại sao phải biết ơn cha mẹ, Luân Lý Giáo Khoa Thư viết:

---

6 Xem Phạm Cao Tùng, "Người Lịch Sự", Đại Nam in lại.

"Cha mẹ nuôi con, công trình khó nhọc, kể sao cho xiết. Vậy phận làm con phải biết đền ơn cha mẹ".

Hồi nhỏ mấy ai biết được công ơn cha mẹ như trời cao biển rộng là như thế nào! Đến khi trưởng thành, chúng ta hiểu biết được phần nào công ơn cha mẹ. Do đó, ai trong chúng ta mà không nghẹn ngào, xúc động khi nghe bài Lòng Mẹ của Y Vân:

Lòng mẹ bao la như biển Thái Bình...

Người xưa dùng từ "biển Thái Bình" để chỉ cái gì lớn lao, bao la lắm, cũng như nói đến "núi Thái Sơn" là chỉ cái gì cao lớn lắm, như lòng của mẹ cha.

Khi ta nuôi con cái, ta mới thấm thía và mới ngộ ra được công ơn cha mẹ. Không có cái gì so bằng, và không thể lấy gì đem đo, đem cân, đem đếm cho hết, cho vừa cả.

Những bậc cha mẹ ở Hoa Kỳ nuôi con cái quá cực khổ, vất vả lắm, nhưng có thấm gì so với cha mẹ ở quê nhà. Bà mẹ quê Việt Nam chúng ta đội mưa, lội nước, một nắng hai sương, nhịn ăn, nhịn mặc... chịu thương, chịu khó biết bao nhiêu. Thế mới có câu:

Công cha như núi Thái Sơn
Nghĩa mẹ như nước trong nguồn chảy ra

Để tỏ lòng biết ơn cha mẹ, con cái phải làm sao?

Luân Lý Giáo Khoa Thư dạy học trò phải biết ơn cha mẹ bằng cách hiếu thảo với cha mẹ.

Thế nào là hiếu thảo với cha mẹ?

Con cái hiếu thảo là phải: ân cần, chăm sóc cha mẹ, nhứt là lúc đau ốm, về già đến khi quá vãng.

> Mẹ già ở túp lều tranh
> Sớm thăm tối viếng mới đành dạ con.

Hiếu thảo cốt lõi là ở chỗ thái độ ân cần, tình cảm của con cái dành cho cha mẹ. Lòng yêu thương của con cái dành cho cha mẹ quý hơn vật chất, quà cáp, tiền bạc.

Thế mới nói *"gia bần tri hiếu tử"*. Nghèo mà chia sớt, chăm sóc song thân, còn hơn là giàu sang, dư tiền, dư của, bỏ ra thuê mướn người mà thiếu ân cần chăm sóc cha mẹ!

Ngày xưa đạo hiếu đặt trách nhiệm nặng nề trên người con trai. Vì lẽ con trai phải duy trì dòng giống, giữ gìn tài sản tổ tiên để lại, chăm lo mồ mả ông bà, thừa tự tổ tiên...

> *Nhứt con trai, hai tiến sĩ*

Nghe ra có vẻ trọng nam khinh nữ, nhưng quan niệm đó xuất phát từ nếp sống luân lý mà ra, đời sống cụ thể nước ta xưa mà có.

Ngày nay quan niệm đó vẫn còn phổ biến qua cách thiết lập công ty gia đình ở Việt Nam, cũng như ở Mỹ. Thí dụ: Trương Văn Bền et Fils là công ty xà bông đầu tiên ở xứ Nam Kỳ, Robert & Sons Inc, Mark & Sons Company ở Hoa Kỳ...

Nếu xưa người mình xem con gái là ngoại tộc thì đàng trai lại coi con dâu là thành viên của họ nhà chồng:

> *Con gái là con người ta*
> *Con dâu mới thật mẹ cha đưa về*

Chữ hiếu không đặt nặng ở người con dâu. Gia đình chồng thường mong có nàng dâu hiền, sanh ra con cái nối dòng, chăm sóc gia đình chồng là đủ rồi.

Đám cưới ngày nay ai cũng chúc hai họ có được "dâu hiền, rể thảo", làm như nàng dâu xưa nay đều không bao giờ hiền cả, và chàng rể nào cũng không thảo đối với cha mẹ vợ hết hay sao?

Trở lại Luân Lý Giáo Khoa Thư, phần Tiểu Dẫn, các tác giả mô tả đứa bé có hiếu như sau:

"Một hôm Mão đi học coi bộ rầu lắm. Đến giờ chơi cứ đứng một chỗ. Anh em chơi đùa cũng mặc. thầy thấy làm lạ mới hỏi:

- Con nghĩ gì mà thừ người ra thế?

- Thưa thầy, sáng hôm nay mẹ con ở nhà ngã (té) đau lắm, không đi chợ được, nên con buồn".

Luân Lý Giáo Khoa Thư kết luận Mão *"thật là đứa con có hiếu"*.

Đọc đến đây mà nhớ lại hồi nhỏ, ở nhà quê, nhà có một mẹ một con (chị em đi vắng). Đi học về thấy mẹ đau nằm co trong buồng, bèn xuống bếp nấu cháo bưng lên cho mẹ. Mẹ tôi cảm động khóc, làm tôi khóc theo. Câu chuyện này ghi trong ký ức của tôi mãi cho đến ngày nay.

Lòng biết ơn và hiếu thảo với cha mẹ xuất phát từ tình thương trong gia đình, nếu không thì nó trở thành phép lịch sự như Tây Phương mất rồi.

Hiếu thảo lúc cha mẹ hiện tiền cũng như quá vãng:

Sử tử như sử xanh

Đối xử với người chết như đối xử với người sống. Đó là đạo hiếu ngày xưa.

Nay người Việt mình tuy ra hải ngoại, nhưng vẫn giữ

gìn nề nếp tốt đẹp đó. Đối với cha mẹ mãn phần, con cái phải chịu tang ba năm[7].

Giờ đây, tuy không có ai "ăn chay nằm đất", nhưng chúng ta ai ai cũng bằng cách này hay cách khác thủ tang ba năm, không vui chơi khi còn trong thời kỳ tang khó.

Trong lịch sử Việt Nam cận đại, có hai nhơn vật bỏ sự nghiệp về chịu tang mẹ, và sau đó cuộc đời của họ để lại dấu ấn sâu đậm trong văn học, sử ký. Dầu rằng đường đi hai ngả khác nhau, đối nghịch nhau[8]:

Một là cụ đồ Nguyễn Đình Chiểu (1822-1888), năm 24 tuổi đang ra Huế dự thi Hương, hay tin mẹ mất bèn quay về Gia Định chịu tang. Thương mẹ, ông khóc mù cả mắt. Do lòng thương mẹ và trước cảnh quốc phá gia vong, cụ viết nên tác phẩm *Lục Vân Tiên* nổi tiếng.

Hai là ông Trương Vĩnh Ký (1837-1898), khi đang theo học tại chủng viện Giáo Hoàng (Collège Constantinien) ở Poulo Pinang (Nam Dương), nghe tin mẹ mất, ông bỏ học về Cái Mơn chịu tang. Năm đó ông 21 tuổi. Rồi ông bỏ áo nhà tu, ra hoạt động nhiều lãnh vực chánh trị, giáo dục, báo chí... Nhưng chỉ có sự nghiệp góp phần khai phá chữ quốc ngữ là được đánh giá cao.

Gương hiếu của hai ông Nguyễn Đình Chiểu và Trương Vĩnh Ký quả đáng khen. Thời bấy giờ được nhắc nhở, đề cao như là hai đứa con hiếu của xứ Nam Kỳ.

---

7 Con trai chịu tang mẹ thì chống gậy tre, chịu tang cha thì chống gậy vông (chỉ người mẹ rộng rãi, dễ dãi với con, và chỉ người cha nghiêm khắc, chặt chẽ hơn).

8 Sau năm 1975, trường Pétrus Ký (Trương Vĩnh Ký) Sài Gòn bị xóa tên. Trường Nguyễn Đình Chiểu ở Mỹ Tho vẫn còn giữ tên cũ.

Cha dạy con.
(Hình minh họa từ Quốc Văn Giáo Khoa Thư -1935)

Người Việt mình định cư ở nước ngoài mới được ba mươi năm, và đây là đợt di cư thứ nhứt. Hẳn ta chưa có kinh nghiệm giữ gìn bản thể Việt Nam như người Tàu để sao cho họ ta không mất gốc[9].

Ta học tiếng Việt chưa đủ. Cái quan trọng là phải giữ gìn mối quan hệ cha mẹ đối với con cái, bảo vệ cơ cấu gia đình, giữ gìn bản thể Việt Nam, văn hóa Việt Nam, giữ gìn nền tảng gia đình, trong đó có các bổn phận con cái đối với gia tộc và sự gương mẫu của bậc cha mẹ đối với con cái nữa.

---

9 Người Tàu có nhiều kinh nghiệm trong việc giữ gìn bản thể Hán hơn ta, vì họ có bốn đợt di dân lớn lâu đời. Họ biết bảo tồn chữ Hán như ta bảo tồn chữ Việt, nhưng họ giữ gìn nề nếp gia đình chặt chẽ hơn ta. Bốn đợt di dân lớn của Tàu là:

1. Chạy trốn cộng sản (1949)
2. Chạy trốn trong cuộc chiến liệt cường xâu xé Tàu, va sự chiếm đóng của Nhật (từ TK 17 đến TK 20)
3. Chạy trốn cuộc xâm lược của quân Mãn Thanh hồi thế kỷ 16
4. Chạy trốn cuộc xâm lăng của Nguyên Mông ở thế kỷ 13.

VÂNG LỜI CHA MẸ

Mỗi gia đình của người Việt là một đơn vị của xã hội, trong khi ở Âu Mỹ thì cá nhân là đơn vị của xã hội.

Gia đình Việt Nam là một *xã hội nhỏ*, trong đó mọi thành viên ràng buộc nhau bằng sợi dây huyết thống. Còn ở ngoài xã hội, các thành viên bị trói buộc nhau bằng pháp luật. Trong gia đình, các thành viên như ông bà, cha mẹ, con cái... vẫn còn sợi dây vô hình khác kết nối nhau giữ cho được ổn định, bền vững: Đó là nề nếp gia phong, một thứ ước lệ bất thành văn. Nhờ cái gia phong đó mà chúng ta ăn ở, sống với nhau có trên có dưới, biết nhường nhịn, chia cơm xẻ áo, nâng đỡ nhau. Cái gia phong đó buộc chúng ta sống sao cho xứng đáng, kẻo mang tai tiếng. Bởi vì:

Con dại thì cái mang

Hay:

Mũi dại thì lái chịu đòn.

Người mình dù nhỏ, hay lớn, lỡ làm sai phạm điều gì, bậc làm cha mẹ vẫn bị mang tiếng, bị xã hội chê cười. Do vậy ngay từ thuở bé, con cái luôn cần sự dạy dỗ của cha mẹ, và khi đến trường được sự dìu dắt của thầy cô về luân lý và đức dục.

Luân Lý Giáo Khoa Thư lớp Đồng Ấu có bài vỡ lòng về bổn phận đối với gia tộc là bài *Vâng Lời Cha Mẹ*.

Nhớ lại hồi còn nhỏ ở nhà, lúc nào cũng nghe ông bà biểu phải vâng lời cha mẹ. Đi đến đâu cũng nghe người lớn biểu phải vâng lời. Đến trường, thầy giáo cũng biểu phải vâng lời... Lớn lên lập gia đình, làm cha, làm mẹ, ta tiếp tục dạy con phải vâng lời kể từ khi còn chập chững biết đi, mới bập bẹ gọi cha, gọi mẹ, đến khi khôn lớn, trưởng thành. Mỗi lần cãi lời ông bà, cha mẹ thì bị phạt quỳ gối, có khi bị cúi đầu khoanh tay xoay mặt vô vách, thậm chí có khi bị đòn nữa. Khi vâng lời ngoan ngoãn thì được thưởng cho ăn, cho quà, cho đi chơi.

Tại sao phải vâng lời cha mẹ?

Nay đọc lại thấy Luân Lý Giáo Khoa Thư cắt nghĩa:

"Cha mẹ là người đã trải việc đời, biết rõ được điều hơn lẽ thiệt. Vậy cha mẹ có dặn bảo điều gì thì ta phải nghe lời".

À, té ra là như thế!

Cha mẹ là người đi trước, có kinh nghiệm từng trải, có hiểu biết hơn ta. Cha mẹ là ông thầy giáo, con cái phải vâng lời cha mẹ, bởi vì:

Cá không ăn muối cá ươn

Quả không sai. *Con cãi cha mẹ trăm đường con hư*. Câu cách ngôn này xuất hiện trong bối cảnh Việt Nam ta ngày xưa.

Người xưa không dùng hình ảnh trừu tượng hay ước lệ, hoặc lý luận, nên câu cách ngôn *Cá không ăn muối cá ươn*, dễ được học trò chấp nhận.

Nói về muối, nhớ ngày xưa dân mình ăn muối hột. Sau đó thì mới có muối bọt trắng và mịn. Nhưng ướp cá, làm dưa muối thường dùng muối hột. Muối xứ mình là loại muối biển, làm ở Bạc Liêu, Cà Mau, Bà Rịa, Vũng Tàu[10]... Sang Mỹ, chúng ta ăn muối lấy ở hầm mỏ, như muối hiệu Morton Salt thường bán ở các chợ.

Trở lại từ câu *Cá không ăn muối cá ươn*, tác giả Luân Lý Giáo Khoa Thư viết tiếp:

Con cãi cha mẹ trăm đường con hư.

Tới đây, hồi tưởng lại lúc ôm gói ra tỉnh vào học lớp Nhì, xa gia đình khi tuổi còn ham chơi, chưa biết gì, nhớ lời mẹ dặn chăm chỉ học hành. Lúc ấy chỉ sợ *sai một ly đi một dặm*, mà luôn luôn giữ mình, đè nén ham muốn, sợ làm mẹ buồn, sợ làm mất tiếng, hư hỏng gia phong, mang tai mang tiếng.

Ông bà mình vẫn biết rằng:

Con hơn cha là nhà có phước

Nhưng đó thuộc về kiến thức trường lớp, chuyên môn thì xưa nay con cái phần nhiều vượt trội hơn cha mẹ là bình thường.

Dừng ở đây để nói đến việc ngày trước cha mẹ thường định việc hôn nhân cho con cái, nên dạy rằng:

Áo mặc sao qua khỏi đầu

Thoạt nghe khó chấp nhận được, vì độc đoán, thiếu tôn trọng con cái. Nhưng lùi về xã hội ta ngày xưa, thời xã hội nông nghiệp đóng kín, kinh tế tự túc, con người

---

10 Bạc Liêu là trung tâm sản xuất muối lâu đời của Việt Nam. Từ khi người Tàu được chúa Nguyễn cho vào trấn thủ ở miền Nam, nghề muối nằm trong tay người Tiều (Triều Châu). Do vậy mới có câu:
Bạc Liêu là xứ quê mùa
Dưới sông cá chốt, trên bờ Tiều Châu.

quanh quẩn trong xóm làng, nếu không thế thì làm sao? Lấy ai mà định hôn nhân cho con?

Ngày nay thực sự mà nói, ở gia đình, con cái biết vâng lời cha mẹ, khi lớn lên nếu không *nên suốt đời* thì cũng khó mà hư hỏng được lắm.

Phong hóa thay đổi, nhưng câu cách ngôn *Áo mặc sao qua khỏi đầu* vẫn có phần giá trị, mặc dầu con cái ngày nay hằng ngày mặc T-shirt tròng qua khỏi đầu cả!

Giá trị ở chỗ nào?

Giá trị ở chỗ ý nghĩa câu nói. Nó nhắc con cái chúng ta về *Bài Học Vâng Lời*, vì cha mẹ có kinh nghiệm hơn ta.

Mỗi khi đọc lại chuyện kể vua Tự Đức[11] có lần bị mẹ là bà Từ Dũ phạt, không ai trong chúng ta không thán phục gương hiếu hạnh và vâng lời của vua Tự Đức.

Tiền tài như phấn thổ
Cha ăn mặn, con khát nước

Trong chúng ta, ai cũng có ít nhất một lần cãi cha cãi mẹ, thậm chí dối cha mẹ nữa. Nhưng đó cũng chính là bài học quý giá cho mỗi chúng ta về giá trị của sự vâng lời cha mẹ là như thế nào.

Vâng lời cha mẹ không dừng lại ở giá trị luân lý, hay ở lý do là vì cha mẹ từng trải nhiều kinh nghiệm, mà còn là tình thương của con cái đối với cha mẹ.

---

11 Vua Tự Đức (1828-1883) là hoàng tử thứ 4 của vua Thiệu Trị và bà Từ Dũ (1810-1901).
Bà Từ Dũ người Gò Công, cũng là nơi sản sanh ra bà Nam Phương Hoàng Hậu là vợ vua Bảo Đại. Đất Gò Công nổi tiếng có nhiều món ăn ngon, độc đáo, mà có người cho là nhằm cống nạp cho vua như: món mắm tôm chà, mắm còng, gỏi nham cua, gỏi sam,...

PHẦN I • LUÂN LÝ GIÁO KHOA THƯ

Chúng ta hồi nhỏ chăm chỉ học hành, lớn lên đi làm việc luôn giữ gìn đạo đức, không dám vi phạm điều xấu, bởi lẽ chúng ta thương cha thương mẹ, sợ làm cha mẹ buồn.

Nay đọc lại bài học Vâng Lời Cha Mẹ:

Cá không ăn muối cá ươn
Con cãi cha mẹ trăm đường con hư.

Lòng bùi ngùi thương cha thương mẹ. Nhưng tiếc thay không còn song thân để mà vâng lời nữa!!

Mẹ dạy con:
Khen đứa ngoan
và rầy dạy đứa hư.
(Hình minh họa từ Quốc Văn Giáo Khoa Thư -1935)

KÍNH TRỌNG CHA MẸ

Con cái ai cũng hết lòng yêu mến cha mẹ, cũng như cha mẹ ai cũng hết lòng yêu mến con cái. Cái tình cảm đó do huyết thống mà có và do cuộc sống gia đình mà phát triển.

Làm thế nào để tỏ ra là con cái yêu mến cha mẹ?

Thật tình hồi nhỏ không ai dạy ta làm thế nào để tỏ ra mình là đứa con biết yêu mến cha mẹ.

Luân Lý Giáo Khoa Thư dạy học trò rằng yêu mến cha mẹ thì phải kính trọng cha mẹ. Quả chí lý. Yêu mến nhau thì người ta phải kính trọng nhau.

Con cái trong gia đình luôn luôn kính trọng cha mẹ. Vậy phải làm gì để tỏ ra kính trọng cha mẹ?

Tác giả Luân Lý Giáo Khoa Thư viết rằng:

"Con mà yêu mến cha mẹ thì bao giờ cũng kính trọng cha mẹ. Kính trọng là ăn ở có lễ phép, và lúc nào cũng ngoan ngoãn, từ tốn, gọi dạ bảo vâng".

Thì lễ phép tức là kính trọng với cha mẹ. Hồi còn nhỏ được cha mẹ dạy biểu phải làm cái này, làm cái nọ, làm như thế này... Nhưng ít khi nói cho ta đó là lễ phép, thế là kính trọng cha mẹ.

Người mình xưa nay rất trọng lễ phép, xem đó như là thước đo, mẫu mực để xét con người.

Lễ phép thực ra chỉ là cách cư xử giữa người với người trong gia đình, nơi công cộng ngoài xã hội, thường dựa trên cơ sở tuổi tác, thứ bậc, địa vị trong xã hội.

Gia đình Việt mình nhờ lễ phép mà giữ được cái tôn ti, thứ tự, nề nếp, làm cho cuộc sống hòa thuận, hạnh phúc và bền vững:

Tiên học lễ, hậu học văn

Câu tục ngữ trên luôn được đề cao trong nhà trường, được khắc ghi ở cổng ra vào, được trang trọng viết trên khuôn, trên vách lớp học ngày xưa.

Vậy thế nào là lễ phép?

Lễ phép trước hết, theo Luân Lý Giáo Khoa Thư, là phải ngoan ngoãn, nghĩa là phải dễ dạy, vâng lời, phải "gọi dạ bảo vâng".

Cụ thể là các gia đình xưa dạy con phải chào hỏi, đi thưa về trình. Nói với người lớn phải dạ vâng:

Tiếng chào cao hơn mâm cỗ.

Sự kính trọng được người Việt coi trọng hơn vật chất, quà cáp, mâm cao cỗ đầy.

Người nhỏ đưa vật gì, hay lấy vật gì đối với người lớn phải đưa bằng hai tay, đưa một tay là vô lễ. Trong nhà, ghế ở giữa là dành cho ông bà hay cha mẹ, con cái hay trẻ con không được phép ngồi. Nếu ngồi cùng bàn, cùng bộ ván, người nhỏ phải ngồi phía dưới.

Khi ăn cơm, ăn tiệc, người nhỏ phải luôn nhường đũa[12], nhường cơm cho người lớn:

---

12 Nhường đũa: còn có ý nghĩa là người nhỏ tuổi giữ lễ phép không giành gắp thức ăn, mà nên nhường cơm hay món ăn ngon cho người lớn tuổi ngồi chung trong bàn cơm hay bữa tiệc, đám giỗ.

Ăn coi nồi, ngồi coi hướng.

Trẻ con được dạy cám ơn khi nhận quà, phải biết xin lỗi khi lỡ lầm, làm sai. Khi đi đến trường, trẻ con được dạy phải kính trọng thầy, tức là phải có lễ phép với thầy giáo. Trong lớp, muốn nói phải đứng dậy, lên đọc bài phải khoanh tay. thầy giáo vào lớp, học trò cả lớp phải đứng dậy. Hết giờ, học trò cũng đứng lên chào thầy ra về.

Cái lễ phép ngày xưa, có người cho là "phong kiến". Thực ra thì nó có từ thời phong kiến, thời mà nước ta còn vua chúa. Nhưng phong kiến không có nghĩa là phải đánh đổ nó, không ắt phải đoạn tuyệt nó, như cô Loan trong tác phẩm Đoạn Tuyệt của Nhất Linh.

Ngày trước năm 1975, gia đình, trường học tuy không như thời Luân Lý Giáo Khoa Thư, nhưng nề nếp văn hóa vẫn còn trong từng gia đình, nơi học đường. Nên học trò ra đường còn biết nhường bước cho người già, tàn tật, lên xe bus biết nhường chỗ cho phụ nữ, lỡ đụng phải ai còn biết xin lỗi.

Trong phần Tiểu Dẫn, Luân Lý Giáo Khoa Thư kể chuyện *Đứa Bé Ngoan*:

"Hợi hãy còn bé mà đã biết ăn ở như người lớn. Cha mẹ yêu nó và chiều nó lắm, vì chỉ có một mình nó mà thôi. Tuy vậy mà nó chẳng hề dám làm nũng bao giờ. Khi cha mẹ hỏi han gì, nó trả lời rất cung kính, sai bảo gì nó vui lòng làm ngay".

Hợi là một đứa bé có lễ phép, ai cũng mến. Luân Lý Giáo Khoa Thư kể chuyện bé Hợi là con trai một của gia đình. Thường con một là con cưng, và vì thế con một thường là đứa con hư.

Những ai là con trai một chắc biết thuở nhỏ được cha mẹ cưng chiều như thế nào. Và nếu không hư chắc do nhớ bài học Luân Lý Giáo Khoa Thư.

Nhìn hình vẽ trong bài học *Kính Trọng Cha Mẹ*, thấy cảnh Hợi đứng hầu cha mẹ, hồi tưởng lúc còn bé, nhớ cái cảnh quê ngày nào, đạm bạc nhưng tràn đầy tình thương cha mẹ. Cảnh cũ người xưa, than ôi không còn nữa!

Nay đọc *Hà Nội Trong Mắt Tôi* của Phạm Xuân Đài, khiến lòng thêm ngổn ngang. Hà Nội, cái nôi của văn hóa Việt, là xứ ngàn năm văn vật. Nơi đó có những cô gái xinh đẹp, con nhà nề nếp, nay thuộc về lịch sử, giờ đây đã đổi thay!

Hà Nội bây giờ với những con người thường gặp là lạnh lùng, hoặc dữ dằn, thô lỗ, như trong phim *Hà Nội Trong Mắt Ai* và *Chuyện Tử Tế*. Phải chăng người Hà Nội, hay miền Bắc nói chung, đã đánh mất cái cốt lõi, cái bản sắc của dân tộc ta là sự kính trọng, sự lễ phép của người xưa?

Quyển Luân Lý Giáo Khoa Thư lớp Đồng Ấu ngày xưa được nhà xuất bản Miền Nam in lại năm 1996, chắc có phổ biến ra miền Bắc, nơi từng là cảm hứng cho các tác giả soạn nên bộ Luân Lý Giáo Khoa Thư. Hy vọng nhà văn Phạm Xuân Đài sẽ thấy người Hà Nội thanh lịch hơn trong chuyến về thăm sau này.

Gia đình không chỉ là một tập hợp ông bà, cha mẹ, con cái... mà quan trọng hơn thế là mối quan hệ với nhau, đối xử với nhau để được như Luân Lý Giáo Khoa Thư đã từng dạy ta.

Tinh thần kính trọng cha mẹ là cái đẹp của văn hóa mình, cần bảo vệ như câu nói:

Gìn vàng giữ ngọc

Ngày nay, thời buổi văn minh nhìn lại cốt lõi của bài học Kính Trọng Cha Mẹ là lễ phép, là ngoan ngoãn, là từ tốn, chả có gì là quá đáng, là phong kiến cả. Nó biểu thị cung cách văn minh của người Việt, và dĩ nhiên khác với văn minh Âu Tây.

Nhớ lại năm xưa, đi học về nhà, để tập xuống, chạy lại khoanh tay thưa bà, thưa mẹ, ôi nó dễ thương làm sao, quý hóa làm sao!!

Ngày nay, ngày ngày các ông bà lái xe đưa cháu đi học, có ai còn nhớ chút gì thuở học trò của mình không?

Trường học ở đây không thấy có câu *Tiên học lễ, hậu học văn* được vẽ ở cổng nữa. Nhưng mỗi chúng ta nên tự vẽ trong tâm hồn con cái mình câu ấy.

Xã hội chúng ta đang sống, có nhiều nền văn hóa khác nhau, thậm chí đối chọi với nhau nữa.

Thế hệ học qua Luân Lý Giáo Khoa Thư, nay là ông bà, lần lượt ra đi, mai một.

Cái còn lại là nề nếp gia đình Việt Nam. Tin tưởng rằng "Thờ cha kính mẹ, ấy là con ngoan" vẫn luôn có giá trị để người Việt ở xứ người mãi mãi là NGƯỜI VIỆT.

YÊU MẾN CHA MẸ

Yêu thương, yêu mến là thuộc tính tình cảm của con người, có người cho đó là "bản năng tự nhiên" mà có?

Bài *Yêu Mến Cha Mẹ* thuộc về "bổn phận đối với gia tộc" trong sách Luân Lý Giáo Khoa Thư.

Mở đầu Luân Lý Giáo Khoa Thư viết:

"Cha mẹ hết lòng yêu mến con, lúc nào cũng lo tính cho con được sung sướng, vậy kẻ làm con phải hết lòng yêu mến cha mẹ".

Tác giả Luân Lý Giáo Khoa Thư dạy rằng: *"Bởi vì cha mẹ hết lòng yêu mến ta, nên con cái, ta phải hết lòng yêu mến cha mẹ".* Nghe như vậy như có gì "có qua có lại". Thật ra tác giả Luân Lý Giáo Khoa Thư dùng cách nói khẳng định, nhằm để giáo dục tuổi thơ mà thôi.

Cái lối giáo dục của ta ngày xưa là bắt học trò chấp nhận chân lý, rất có giá trị đối với học trò nhỏ.

Bậc cha mẹ xưa nay, ai lại không yêu mến con cái hết mực. Tình yêu vừa là bản năng, vừa là thiêng liêng. Tình thương đó có từ khi còn trong bụng, chớ không đợi tới đến thấy mặt khi con được sanh ra đâu!

Tình yêu con cái của cha mẹ lớn dần theo năm tháng, trở thành nỗi lo toan, trăn trở theo sự trưởng thành của con cái.

"Lo cho con được sung sướng" như là nghĩa vụ cao quý của cha mẹ, và vượt lên trên nữa để trở thành cái gì thiêng liêng lắm.

Các bậc cha mẹ Việt Nam chúng ta không ai bảo ai, không trường lớp nào dạy, mà ai ai cũng biết nhịn cho con ăn no, nhường chỗ ấm, khô ráo cho con nằm, nhường mền cho con đắp trong cơn mưa lạnh.

Tình thương cha mẹ đối với con cái chỉ chấm dứt khi cuộc đời họ chấm dứt hơi thở mà thôi!!

Nói mà không sợ quá lời, đó là tình yêu, tình thương, tình huyết thống chỉ có ở gia đình Việt Nam.

Tại sao nói như vậy?

Bởi lẽ chúng ta có được nếp sống gia tộc, họ hàng, làng nước rất là Việt Nam, từ ngàn xưa, thành nếp rồi.

Từ những sự thể đó, Luân Lý Giáo Khoa Thư mới bảo học trò rằng làm con phải hết lòng yêu mến cha mẹ. Ai dám nói làm như thế là "có qua có lại" là trao đổi.

Thế rồi con cái lớn dần lên, không còn nắm tay mẹ, níu tay cha nữa. Con cái trưởng thành, ngoài yêu cha mẹ, còn có tình cảm khác nảy nở trong tim.

Đó là tình yêu đương, tình yêu trai gái, mang yếu tính tình dục.

Tình yêu lứa đôi ít nhiều mang tánh "sở hữu", có chút ích kỷ. Chả thế tại sao phải sợ mất và ghen tuông.

Yêu nên tốt, ghét nên xấu.
Yêu nhau yêu cả đường đi lối về.

Người xưa có câu "phu thê như y phục", ý nói vợ chồng có thể thay đổi, cũng nhằm nói chỉ có tình yêu con cái, cha mẹ là miên viễn, vì đó là tình huyết thống thiêng liêng.

Thật tế, cũng có không ít người con không yêu mến cha mẹ và thiếu bổn phận, nhứt là khi cha mẹ về già!

Cha Mẹ nuôi con biển hồ lai láng
Con nuôi Cha Mẹ tính tháng tính ngày

Tình yêu luôn phải được biểu hiện bằng cử chỉ, hành động cụ thể. Yêu mến thầy giáo thì phải vâng lời thầy chăm học. Yêu tổ quốc là phải làm nghĩa vụ bảo vệ tổ quốc.

Luân Lý Giáo Khoa Thư dùng tiểu dẫn, một câu chuyện để minh họa cho thấy một đứa bé biết yêu mến cha mẹ như thế nào:

"Tí lên sáu tuổi, tính rất ham chơi. Một hôm nó đang vui chơi với lũ trẻ, thấy mẹ kêu nhức đầu, lên giường nằm. Nó thôi không chơi nữa, chạy ngay lại sờ trán mẹ mà hỏi:

- Mẹ làm sao thế?

- Mẹ nhức đầu lắm.

- Để con bóp đầu cho mẹ khỏi nhé.

Nó vừa nói, vừa trèo lên giường, ngồi bóp đầu cho mẹ".

Câu chuyện kể của Luân Lý Giáo Khoa Thư rất đơn giản, thường thấy, dễ làm, nhắm tập cho học trò bắt chước Tí để thành đứa con biết yêu mến cha mẹ, thể hiện bằng hành động.

Các tên Tí, Sửu, Giáp, Ất, Xuân, Thu... thường được dùng chỉ học trò trong Luân Lý Giáo Khoa Thư. Đó cũng là cách đặt tên con của gia đình mình ngày trước.

Trong Nam, ở Lục Tỉnh, các gia đình có thói quen dùng thứ tự sanh ra để đặt tên con. Như thằng Hai, con Ba, thằng Út... Có người đặt tên Rớt, Lượm, Đâu, Đó... như các nhơn vật trong tiểu thuyết của Hồ Biểu Chánh.

Nhơn đọc tới đoạn Tí bóp đầu cho mẹ, khiến nhớ thói quen ở miền Nam là bắt gió mỗi khi nhức đầu. Người ta dùng gừng hay dầu cù là, dầu Nhị Thiên Đường để xoa cho nóng trên trán, rồi dùng hai ngón tay cái xoa, ấn, kéo lên xuống từ mép tai lên giữa trán.

Qua Mỹ, các ông bác sĩ khuyên không nên bắt gió, nhưng thấy quý bà vẫn ưa chuộng bắt gió bằng dầu xanh.

Học trò Việt Nam cũng thường được nghe chuyện thầy Tử Lộ bên Tàu rất mực hiếu thảo, thương mến mẹ. Câu chuyện thầy Tử Lộ được đưa thành bài ca, truyền tụng trong dân gian, như nêu cao tấm gương, mà học trò ai cũng biết, cũng nghe.

Hồi còn ở quê nhà, cha mẹ con cái sống chung mái nhà, con cái luôn kề cận chăm lo phụng dưỡng cha mẹ khi đau ốm, lúc tuổi già. Chuyện xem rất bình thường.

Sống ở Huê Kỳ, nhiều người thấy cảnh sống trong nursing home mà ngao ngán, hụt hẫng!! Cái thực tế này người mình chưa hòa nhập, chưa chấp nhận được.

Chưa ai biết được chừng nào thì cha mẹ già thấy "vui vẻ" đi vào nursing home nhưng chắc chắn rằng cha mẹ nào cũng muốn sống với con cái mình, nhứt là khi tuổi già bóng xế.

Muốn là được, hay muốn mà làm không được. Quả là vấn đề mà mỗi người phải nghĩ, phải lo toan, phải giải quyết.

Dạy con, con chớ quên lời:
Mến yêu cha mẹ suốt đời mới nên.

Bài học Yêu Mến Cha Mẹ của Luân Lý Giáo Khoa Thư có giá trị luân lý xưa và nay. Thực hành mới là khó, nhứt là ở hải ngoại.

Ông kể chuyện cổ tích cho các cháu.
(Hình minh họa từ Quốc Văn Giáo Khoa Thư -1935)

THỜ PHỤNG TỔ TIÊN

Người Việt Nam xưa nay, người người, nhà nhà, ai ai cũng giữ tục lệ thờ cúng tổ tiên, ông bà, cha mẹ. Đi đâu, ở đâu, gia đình người Việt vẫn mang theo tục lệ đó. Vì ông bà mình thường bảo rằng: "Con cháu sống ở đâu thì ông bà tổ tiên ở đó".

Trong phần *Bổn Phận Đối Với Gia Tộc*, Luân Lý Giáo Khoa Thư có bài Thờ Phụng Tổ Tiên, và mở đầu, các tác giả viết rằng:

"Tổ tiên là những bậc sinh ra ông bà, cha mẹ mình. Vậy mình là dòng dõi của tổ tiên, phải thờ phụng tổ tiên để tỏ lòng nhớ ơn".

Như Luân Lý Giáo Khoa Thư và như chúng ta từng nói với con cháu: Ông bà sanh ra cha mẹ, cha mẹ sanh ra ta, và tiếp nối từ đời này sang đời khác, đời sau tiếp đời trước, làm cho dòng họ được duy trì, dòng giống dân tộc được bền vững, phát triển tới ngày nay và mai sau. Đúng như câu tục ngữ:

Con người có cố, có ông
Như cây có cội, như sông có nguồn.

Hồi còn nhỏ, chúng ta không biết điều đó. Lớn lên đi học, được cha mẹ dạy dỗ, và qua thực tế cuộc sống, chúng ta biết được thế nào là gia đình, dòng họ, dân tộc. Bởi thế nên Luân Lý Giáo Khoa Thư dạy học trò rằng bổn phận chúng ta phải thờ phụng tổ tiên để tỏ lòng nhớ ơn. Như vậy mới đúng đạo lý con người. Như tục ngữ:

Uống nước nhớ nguồn.
Ăn quả nhớ kẻ trồng cây.

Thờ phụng tổ tiên không phải là tôn giáo, không phải là "đạo thờ ông bà", như có người hiểu sai, có người cố tình gán ghép[13].

Tại sao lại nói như vậy?

Bởi vì nếu nói là tôn giáo thì phải có người tin, kẻ không tin, người theo, kẻ không theo. Đằng này thờ phụng tổ tiên là biểu thị lòng nhớ ơn của con cháu đối với ông bà, là sự thật hiển nhiên, không cần lý luận, không ai tranh cãi. Đó là tục lệ tốt đẹp của người mình, có từ xưa, trước khi tôn giáo xuất hiện với tư cách là một tôn giáo trên nước mình.

Người Việt có tục ấy từ khi nào?

Chưa có ai nói khẳng định cả. Nhưng theo sách *Lĩnh Nam Trích Quái* thì người Việt xưa biết gọi cha là Bố từ thời Vua Lạc Long Quân, họ Hồng Bàng[14]. Và theo sách *Khâm Định Việt Sử Thông Giám Cương Mục* thì năm 791, Phùng Hưng, người có công chống giặc nhà Đường bên Tàu, sau khi chết được người dân Sơn Tây, quê ông, tôn là Bố Cái Đại Vương, coi ông như cha mẹ. Từ đó về sau người Việt mình mới có tục lệ thờ phụng cha mẹ và bắt đầu gọi cha là Bố, mẹ là Cái.

---

13 Vào khoảng năm 1957, có người đã vì thiên tư, muốn gán cho tục lệ thờ cúng tổ tiên cái tên "Đạo ông bà". Việc này xuất phát từ áp lực của bạo quyền *(Đất Lề Quê Thói).*

14 Thời Hồng Bàng, mỗi lần dân có điều gì cần cứu giúp thì kêu rằng: "Bố đi đằng nào chẳng đến cứu chúng con". *(Lĩnh Nam Trích Quái)*

Sau này theo thời gian gọi cha mẹ là Thầy Bu - Tía - Má - Cậu Mợ - (thời Tây vào, học làm sang), Ba Má hay Ba Mẹ.

Từ chỗ tôn kính người chết, đến chỗ thờ phụng tổ tiên như ngày nay là cả một quá trình trưởng thành của nền văn minh dân tộc; Xem người chết như người sống:

Sự vong như sự tồn

Nên nhiều nhà xưa, trên bức hoành phi, trang trọng khắc vẽ hai chữ "Như Tại", ý muốn nhắc nhở con cháu tâm niệm thờ cúng, ghi ơn tổ tiên như lúc họ còn sống. Ngày nay, gia đình Việt Nam nào cũng có bàn thờ để thờ phụng ông bà. Nhà có ba căn, bàn thờ đặt ở căn giữa. Nhà giàu, quyền quý thường lập nhà từ đường để thờ phụng riêng (không có người ở).

Các gia đình ở miền Nam, miệt Lục Tỉnh, nơi thờ thường gồm có tủ thờ và bàn thờ (để dọn cơm cúng). Trên tủ thờ có chưng bày bộ tam sự[15] (hoặc ngũ sự và thất sự) bao gồm một lư hương (hoặc bát hương) hai bên là hai chân đèn để cắm đèn cầy. Phía sau bộ tam sự có bình bông và dĩa trái cây theo cách xếp "đông bình tây quả". Phía trước tủ thờ là bàn thờ dùng để cúng cơm.

Gia đình người mình xưa có cả 5 thế hệ sống chung, gọi là gia tộc ngũ đại đồng đường; tính từ dưới lên bao gồm: Con cái - cha mẹ - ông bà nội - ông bà cố - ông bà sơ, sống chung trong mái nhà.

---

15 - Ngũ sự: ngoài phần tam sự, còn có thêm hai dĩa dầu để châm đèn (xưa dùng đèn dầu dừa, dầu phộng).
 - Thất sự: ngoài phần như ngũ sự còn thêm một ống đựng hương trầm, một ống để đựng nhang.

Từ đời thứ năm xuống đời thứ nhất gọi nhau như thế nào?

Theo thứ tự, từ đời thứ năm trở xuống gọi nhau là: chút, chắt, cháu, con.

Ngày xưa, gia đình ngũ đại đồng đường cũng rất là hiếm. Nên năm Minh Mạng thứ 7 (1826) có đặt ra lệ khen thưởng gia đình ngũ đại đồng đường: 20 lạng bạc[16], 20 tấm vải, 10 tấm lụa, một tấm đoạn.

Nay gia đình người Việt mình ở quê gồm ba đời: Ông bà, cha mẹ, con cái sống chung, chăm sóc, nương tựa nhau rất là quí, sang tận Mỹ thấy vẫn còn giữ nếp sống đó, rất đáng ca ngợi. Việc thờ phụng tổ tiên do đó cũng phải đến năm đời, nên mới có câu "ngũ đại mai thần", là thờ năm bài vị của năm đời mà thôi.

Bài vị ngày xưa thường làm bằng gỗ cây Bạch Đàn, màu trắng, ngày nay thấy làm bằng gỗ thường, sơn trắng, viết tên húy người mất màu đen.

Thờ "ngũ đại mai thần" vậy từ đời thứ sáu trở lên thì làm sao, còn thờ nữa không?

- Không.

Nên bài vị từ đời thứ sáu trở lên được đem chôn trong khu sân nhà từ đường. Ngày nay thấy không ai làm như vậy cả, mà người ta đem đốt đi, nhơn ngày đám giỗ hoặc ngày Tết. Do đó việc thờ phụng chỉ đến tam đại (ba đời) như hiện nay.

Xưa nay ở Việt Nam, các nhà có tiền của, vọng tộc, đều có để phần hương hỏa, cho con cháu sau này lo

---

16 Lạng: nặng bằng một phần mười sáu (1/16) của một cân xưa. Cân xưa bằng 604 gr 50 (đơn vị đo lường của Tây).

việc thờ phụng, cúng giỗ. Người tộc trưởng (chi trưởng) hưởng phần hương hỏa gồm ruộng, vườn, đất, nhà từ đường kể cả vật dụng trong đó. Không ai được mua bán phần hương hỏa, kể cả tịch biên, tịch thu bất kể lý do gì.

Thờ phụng tổ tiên có hai dịp được tổ chức long trọng nhứt trong năm. Đó là ngày cúng cơm (ngày giỗ) và ngày Tết.

Ta hãy nghe Luân Lý Giáo Khoa Thư nói về ngày lễ ở nhà thờ từ đường nhơn dịp Tết như sau:

"Ngày Tết Nguyên Đán, mọi người trong họ đều đến nhờ thờ để lễ tổ. Hôm ấy, ông Lý và các con cùng đi lễ tổ. Khi đến nhà thờ, Ông Lý giảng cho các con nghe rằng: Đây là nhà thờ của họ ta, để thờ cúng tổ tiên, vậy nay nhân ngày mồng một Tết, chúng ta là cháu chắt, phải đến để tỏ lòng kính nhớ."

Tết Nguyên Đán là ngày trọng đại nhất đối với mọi người Việt Nam: Nguyên là đầu tiên. Đán là buổi sáng sớm. Tết bắt đầu vào tiết Lập Xuân nên gọi Tết là Ngày Xuân.

Ngày mùng Một Tết các chi họ phải về nhà thờ, tức là từ đường để cúng tổ tiên, để tỏ lòng kính trọng, nhớ ơn và cầu xin tổ tiên phù hộ cho con cháu hạnh phúc, trường tồn.

Mồng một nhà cha
Mồng hai nhà vợ
Mồng ba nhà thầy.

Xưa Tết kéo dài đến hạ nêu, mồng bảy. Nay thường đến ngày mồng ba, ngày đó gia đình tổ chức cúng tất, gọi là "kiếu ông bà" (cáo từ biệt ông bà).

Ngày Tết bàn thờ tổ tiên luôn luôn được chuẩn bị trang trọng hơn cả. Đèn luôn sáng chói suốt ba ngày Tết, không được tắt. Tết được chuẩn bị cả tháng gồm lễ vật quí, do con cháu đem tới, được dọn bày cúng ngày mùng một, gọi là rước ông bà.

Cúng gì thì cúng, phải có cơm, nên thường nghe ông bà nói là cúng cơm. Cúng cơm ngày Tết phải đơm đầy chén, có ngọn (bằng cách úp hai chén cơm lên). Gạo nấu cơm phải là gạo mới, gạo ngon, hột to không được lộn hột tấm, hột thóc, hột sạn...

Người trưởng tộc, phải là con trai, đứng ra chủ lễ cúng rước ông bà.

Nhang cúng thường dùng là: 1,3,5,7... để lấy hên (số dương) chớ không dùng cả nắm nhang như người Tàu ở Chợ Lớn mà ta thường thấy. Ngày Tết thường dùng 5 hoặc 7 cây nhang thơm. Sau khi xá ba xá, nhang được cắm vào lư hương, rồi mới lạy 4 lạy. Sau đó tới khấn vái. Mỗi lần dứt lời khấn phải xá một xá. Sau đó lại khấn tiếp. Hồi nhỏ, khi cúng, thấy người lớn lầm thầm, nhép môi mà không nghe điều gì cả!

Đúng là như vậy. Khấn vái không được nói to để tỏ lòng kính cẩn và để tránh tên húy của ông bà.

Thế nội dung lời khấn thế nào? Thật có nhiều người không biết! Theo sách vở, lời khấn gồm như sau:

- Hôm nay là ngày gì? Cử hành lễ gì? Ở đâu?

- Tên họ người được cúng vái là ai? Con cháu gồm có ai? Cầu mong gì?...

- Con cháu phải quỳ trước bàn thờ trong khi cử hành lễ cúng. Sau khi rót rượu 4 tầng, trà châm 3 lượt, thì dọn tiệc thiết đãi, ăn uống với nhau.

Trong bữa cơm ngày "rước ông bà", con cháu thường được nghe kể về gia phả, về công nghiệp và đức độ cũng như sự vất vả của ông bà.

Bài học thờ phụng tổ tiên của Luân Lý Giáo Khoa Thư dạy học trò phải biết cội nguồn và tôn kính tổ tiên cách đây gần một thế kỷ; Nay nhân dịp Tết Ất Dậu, đọc lại trên xứ người quá là có ý nghĩa lắm thay! Bởi lẽ nó nhắc nhở con cái phải thờ phụng ông bà, tổ tiên vì đó là hiếu thảo chớ không phải là mê tín dị đoan... Qua đó nhắc nhở thế hệ trẻ biết đến cội nguồn của mình nữa.

Đối với các bậc cha mẹ, bài học nhằm nhắc ta biết bổn phận với con cái, ngoài việc nuôi dưỡng, còn phải dạy chúng hiểu cái đẹp, cái hay của người mình, mà chăm lo giữ gìn.

Người trưởng tộc là con trai đứng ra chủ lễ cúng ông bà.
(Hình minh họa từ Quốc Văn Giáo Khoa Thư -1935)

Bởi vì: Phong là sự vì người này xướng lên, kẻ khác nối theo để thành quen, như gió hòa vào; còn Tục là thói quen bắt chước người trên, lâu riết rồi thành thuộc, thành quen. Phong tục như thế nên phải có người chỉ bảo, hướng dẫn.

Ngày trước, Tây chiếm nước mình, họ bày ra việc nghiên cứu; tìm hiểu phong tục của người mình. Có những người trí thức tân học khen ngợi, học theo, và nghiên cứu về nhà cửa, xóm làng, đồ đạc, cách ăn mặc, tục ngữ, tín ngưỡng, nói chung là phong tục. Nhưng ta phải biết rằng Tây họ nghiên cứu phong tục ta là nhằm đồng hóa ta đó!

Nay chúng ta tìm hiểu phong tục mình để thấy cái hay cái đẹp của ta, mà tự hào về dân tộc, nhằm nhắc nhở nhau, giữ gìn *"bản sắc Việt Nam"*, nơi xứ người!

Xem ra như vậy, bài học của Luân Lý Giáo Khoa Thư vẫn còn có giá trị lắm!!

Viết nhơn ngày giáp Tết Ất Dậu, 2005
Như món quà tặng cho đồng hương.

CHỌN BẠN MÀ CHƠI

Thói thường "gần mực thì đen"
Anh em bạn hữu phải nên chọn người
Những người lêu lổng chơi bời.
Cùng là lười biếng, ta thời tránh xa.

Bốn câu thơ trên, chắc ai là học trò Quốc Văn Giáo Khoa Thư, cũng phải thuộc lòng, là bài "Chọn bạn mà chơi" hồi đó thuộc lớp Dự Bị, cho học trò độ 9 tuổi.

Thói thường gần mực thì đen. Chơi với ai sẽ chịu ảnh hưởng người đó. Mực thời xưa là mực Tàu, màu đen rất đậm.

Sau này mực tím thông dụng cho học trò tiểu học. Mực làm từng viên như hột tiêu, ra chợ mua về ngâm bằng nước nóng cho tan rồi chiết ra chai nhỏ đem đi học. Rồi lớn lên thấy có mực xanh lá cây, mực đỏ nữa.

Đến khi Tây vô xứ ta thì có mực chế sẵn bán trong chai dùng cho viết máy Paker hay Kaolo rồi tới viết máy Pilot của Nhật Bổn. Nay học trò trong nước xài viết bi mà quen gọi là viết Bic (do hãng Bic chế tạo), ở Mỹ học trò dùng viết chì rất tiện.

Người xưa, hay dùng hình ảnh cuộc sống hằng ngày để giáo dục luân lý dưới dạng ca dao, tục ngữ như:

- Gần đèn thì sáng.
- Ở bầu thì tròn, ở ống thì dài.

Quốc Văn Giáo Khoa Thư dạy học trò, bầu bạn với ai phải nên chọn lựa, chớ nên chọn kẻ lêu lỏng, chơi bời. Người du hí, du thực, đầu trên xóm dưới, tụ bè, tụ nhóm, tùng tam tụ ngũ... tóm lại là người xấu thì không nên làm bạn.

Trong dân gian có câu "đá cá lăn dưa" để chỉ người lêu lỏng chơi bời như Quốc Văn Giáo Khoa Thư ám chỉ. Cụm từ "lăn dưa" cho ta thấy ngay đứa ăn cắp dưa hấu ở chợ. Chúng rình rập chờ chủ dựa ngủ quên, lơ đểnh, bèn lấy chân khều lăn trái dưa ra ngoài để cho đứa khác lấy chạy đi. Cái cảnh lăn dưa thường bắt gặp ở các chợ Tết vùng Cầu Ông Lãnh, Chợ Lớn Mới, hoặc các chợ Tết ở Tỉnh miền Nam ngày trước.

Nhơn nói chuyện trái dưa, nhớ cái chết của ông Nguyễn Kim, cha của Nguyễn Hoàng, người mở đầu khai phá phía Nam rồi sau này lập nên xứ Đàng Trong, Lục Tỉnh, chết vì ăn dưa hấu.

Sử ghi là sau khi Mạc Đăng Dung chiếm ngôi nhà Lê (1527). Nguyễn Kim đưa hai con là Nguyễn Uông (sau này bị Trịnh Kiểm, anh rể, giết hại) và Nguyễn Hoàng sang Lào lo khôi phục nhà Lê.

Sau Nguyễn Kim đem quân về chiếm lại Thanh Hóa, qui tập nhiều hào kiệt về phò Lê, khiến họ Mạc lo sợ, bèn sai tên hoạn quan Dương Chấp Nhất, tổng trấn Thanh Hóa âm mưu trá hàng (1542). Đến năm 1545, Nguyễn Kim bị Dương Chấp Nhất đánh độc bằng quả dưa có tẩm thuốc độc.

Vua Lê phong tặng tước và an táng Nguyễn Kim ở huyện Tống Sơn, mà theo lời truyền rằng nơi đó có huyệt đạo, có hàm rồng (?) nên con cháu sau này sẽ làm vua. Hai con ông được phong tước, giao binh quyền đi đánh giặc thế cha.

Nếu không có cái chết của Nguyễn Kim, chắc chắn Nguyễn Hoàng không có lý do trốn xuống Nam Hoành Sơn, và chưa biết cuộc diện lịch sử nước ta bấy giờ ra sao. Ai biết được?

Trở lại câu "đá cá lăn dưa" ám chỉ kẻ xấu, thì cụm từ "đá cá" có nhiều người không đồng ý, vì đá cá đâu có gì là xấu đâu. Đá cá ở đây là cá lia thia. Hồi nhỏ ở quê, đá dế, đá cá là thú chơi được trẻ con khoái nhứt. Nói qua một chút về thú chơi cá lia thia (thia thia).

Lia thia là cá gốc nước ngọt, chỉ vào mùa mưa, nổi nước, thì cá xuất hiện ở những vũng nước bên gốc năng, bụi cỏ vào tháng 4, tháng 5 âm lịch. Thấy chỗ nào mặt nước có sùi bọt thành mảng, lấy rổ vớt bắt cá đem về bỏ vào chai, lấy giấy bịt miệng không cho con thằn lằn câu mất. Rồi mỗi ngày đi vớt loăng quăng cho ăn, cho chúng đá nhau với cá của mấy đứa bạn trong xóm. Thật là thú vui tao nhã!

Có hai loại cá lia thia: là cá phướng và cá đá. Cá phướng đuôi dài to, kỳ cao, dáng vẻ lộng lẫy, bơi lội như các nàng vũ công, nhưng không giỏi đá nhau. Còn cá đá thì gọn thon, toàn thân màu xanh lá cây đậm, thích tấn công và gan lì. Cá phướng hay cá đá chỉ xài con cá trống; còn con cá mái được nuôi đẻ trứng, sanh con. Người ta bắt cá trống bỏ chung vào hủ cá mái đang có chửa để ép cá mái đẻ trứng mới nở con được, gọi là "ép cá lia thia".

Ép cá phải có tay nghề. Cá lia thia con nở ra chừng 4 tuần lễ thì chúng tách bầy và đá nhau, không cần bôi mặt như gà trống. Thông thường tất cả loại cá trống chỉ giao đấu nhau vào mùa giao hoan mà thôi, vì chúng tranh giành cá mái.

Do cá lia thia trống lúc nào cũng đá nhau được, nên lợi dụng đặc tính này người ta thuần hóa chúng, nuôi và lai giống, bán cho người thích nuôi cá đá nhau. Cá lia thia Xiêm (Thái Lan) được ưa chuộng nhất vì chúng gan lì, mạnh khỏe và hung hãn, luôn luôn tấn công. Riêng giống cá lia thia đồng còn gọi là cá ta, giống nhỏ con hơn cá Xiêm nên trận đá mau tàn, không hấp dẫn bọn trẻ con.

Xưa nay vùng ngoài ô Sài Gòn có nhiều xóm sống bằng nghề cá lia thia: nào là nuôi cá, ép cá, buôn bán cá, vớt loăng quăng. Họ sống sung túc, an nhàn, tao nhã lắm. Xem đá cá lia thia thấy hào hứng nhưng không cảm thấy tàn nhẫn như xem đá gà, hay xem trâu chém lộn (ngoài Bắc gọi là chọi trâu).

Ở Mỹ chơi cá lia thia rất phổ biến, tạo ra nghề bán cá chuyên nghiệp. Cá nhập từ Đông Nam Á Châu như: Thái, Miên, Việt, Mã Lai, Nam Dương Cá lia thia ở Mỹ kêu là cá đá, *fighting fish*, tên khoa học là Bettas Spendens, người chơi ở Mỹ còn lập Hội, đưa lên Internet, như là một kỹ nghệ không thua kém gì casino.

Xem ra chơi đá cá là thú vui tao nhã, thanh lịch cho mọi lứa tuổi, mọi giới, càng chơi người ta càng không hài lòng về con cá mà mình đang sở hữu.

Quốc Văn Giáo Khoa Thư dạy cho học trò cách chọn bạn dựa trên tiêu chuẩn đạo đức là chánh. Tiêu chuẩn ấy nay vẫn còn giá trị, có thể áp dụng cho học trò ngày nay, lẫn cho con cháu chúng ta trên xứ Mỹ được.

Quốc Văn Giáo Khoa Thư bảo "bạn hữu phải nên chọn người". Dù dựa trên tiêu chuẩn "chơi bời lêu lỏng" hay "chăm chỉ siêng năng", thì việc chọn bạn cũng không là dễ. Rồi khi học trò lớn dần và sẽ thay đổi lớp, thay đổi trường và sẽ có thêm bạn mới khác, cứ thế mà thay đổi, việc chọn bạn càng khó hơn.

Nói về bạn hữu thì thôi, rất nhiều và có nhiều loại. Đầu tiên là bạn học, gọi là bạn đồng môn, đồng song, lớn lên đi làm lại có bạn đồng sự, đồng nghiệp, cũng còn có bạn đi chơi, bạn đi ăn nhậu... Khi con người có tiền của, quyền thế thì thế nào cũng thay đổi bạn cho thích hợp, đồng thời để che giấu quá khứ bần khó của mình, thế mới có câu:

Giàu đổi bạn
Sang đổi vợ

Nghe phũ phàng nhưng sự đời thực tế là như vậy, mặc dầu không phải là tất cả...

Cha dạy con phải biết chọn bạn mà chơi.
(Hình minh họa từ Quốc Văn Giáo Khoa Thư -1935)

Còn nói sang lãnh vực chánh trị, vấn đề chọn bạn hữu lại phức tạp hơn, chọn đồng minh rất khó, nên nhiều chuyện xảy ra khó lường được! Thí dụ, trước đây ông Tổng Thống Nixon kết thân với Tàu, ông ôm Mao Trạch Đông hun thắm thiết. Nay ông Bush quay sang bao vây Tàu, như muốn Tàu trở về thời nhà Hán, trả độc lập lại cho các nước bị họ sát nhập trước đây như: Tây Tạng, Tân Cương, Mông Cổ?.. (giống như Liên Xô ngày nay chỉ còn lại nước Nga vậy).

Sống ở Mỹ, người Việt mình thấy Huê Kỳ họ luôn đổi bạn, thay đổi đồng minh như thay áo. Bởi lẽ người Mỹ cho rằng, đối với họ không có ai là bạn vĩnh viễn và cũng không có ai là thù muôn đời. Cho nên mới có nước nói *"thà làm kẻ thù còn hơn là đồng minh với Mỹ!"*

Các nước Đông phương quan niệm bạn hữu là phải chung thủy, sống, chết có nhau, phản bạn là tội "trời tru đất diệt".

Lịch sử cận đại Việt Nam, trong *Đại Nam Liệt Truyện Tiền Biên* có câu chuyện bi hùng tráng giữa hai người anh hùng thời Tây Sơn - Nguyễn Chúa:

Số là Nguyễn Đăng Trường làm chức Tham Tán của chúa Nguyễn ở Thanh Hóa, bị quân Trịnh vào đánh chiếm, ông chạy theo Đông Cung Dương vào Gia Định không kịp, nên phải vào ẩn trốn ở Qui Nhơn cùng với mẹ.

Nguyễn Huệ biết được, bèn mời ông ra giúp, nhưng Trường từ chối và xin đi vào Nam. Nguyễn Huệ nói:

"Tôi e rằng ngày khác có hối cũng không kịp", rồi để cho Trường đi theo Chúa Nguyễn trong Nam.

Sau này khi vào chiếm Sài Gòn, Nguyễn Huệ bắt được Nguyễn Đăng Trường bèn hỏi:

- Nay tiên sinh nghĩ thế nào?"
Trường đáp:
"Nay thì chỉ có chết thôi, hà tất phải hỏi".
Nguyễn Đăng Trường bị đưa ra pháp trường...

Chọn bạn mà chơi xưa nay rất khó. Mấy ai hài lòng tất cả bạn hữu của mình. Nhưng ai cũng có bạn cả.

Việc chọn bạn mà Quốc Văn Giáo Khoa Thư dạy học trò dựa trên tiêu chuẩn "đạo đức", xem ra không phải không có cái hay cái đúng, tuy xưa rồi nhưng không phải không có chỗ dùng được.

NGÀY GIỖ

"Ngày giỗ" là bài tập đọc trong Quốc Văn Giáo Khoa Thư lớp Dự Bị. Tác giả tả cái bàn thờ trong ngày giỗ như sau:

"Trên bàn thờ, đồ đồng, đồ sơn bóng lộn (trong bóng), đèn nến sáng choang, khói hương nghi ngút, trông thật là trang nghiêm".

Đám giỗ trong Nam gọi là "cúng cơm".

Tại sao phải làm đám giỗ, cúng cơm cho người chết?

Tục lệ Việt Nam xưa nay thờ cúng người chết: Tổ tiên, ông bà, cha mẹ... Tục lệ này xuất phát từ người Tàu, bởi Khổng Tử có dạy học trò rằng *"Sử tử như sử sanh"*, nghĩa là đối xử với người chết như đối xử với người sống. Tục lệ này rất tốt đẹp nên được người mình tiếp nhận lưu truyền và biến đổi thành tục lệ *đám giỗ* đặc thù của người Việt Nam, có khác với người Tàu.

Cái bàn thờ trong Nam gọi là "giường thờ" nay có nơi vẫn còn nghe dùng tiếng đó, bởi lẽ ngày xưa đóng bàn thờ giống cái giường ngủ, trên mặt có để cái gối cho người chết ngủ.

Trên bàn thờ trong Nam có bộ chân đèn bằng gỗ hoặc bằng đồng, giữa hai chân đèn có cái lư hương đồng để cắm nhang, kế đó có một bình bông và một dĩa trái cây lớn, sắp theo bên phải là bình bông, bên trái là dĩa trái cây. Do đó có câu "Đông bình Tây quả" là vậy.

Ta nghe Quốc Văn Giáo Khoa Thư viết tiếp:

"Thầy tôi đứng ở trước, châm một nắm hương, cắm vào bình hương, lạy hai lạy, rồi quỳ xuống hai tay chắp để trên trán, miệng lẩm nhẩm khấn. Thầy tôi khấn và lạy xong đến những người trong họ và chúng tôi cứ lần lượt vào lạy, mỗi người 4 lạy".

Ngoài Bắc gọi cha bằng Thầy hoặc Bố, trong Nam gọi là Ba, có nơi gọi là Tía.

Trong mỗi gia đình, thường người gia trưởng đứng ra cúng lễ đầu tiên, sau đó tùy theo thứ bậc mà lần lượt lên cúng. Người Lục Tỉnh lạy đám giỗ 4 lạy, xá hai xá giống như cúng đình hay cúng Lăng Ông Bà Chiểu. Nhang chỉ đốt ba cây hoặc một cây chớ không cắm nguyên một nắm nhang vào lư hương như người Tàu.

Có người hỏi ta cúng giỗ, thờ phượng ông bà tới mấy đời thì hết?

Ở trong Nam cúng giỗ tới năm đời, gọi là thờ cúng "ngũ đại", sau đó bài vị được đem đi chôn.

Tại sao gọi là cúng cơm?

Bởi vì cơm là thực phẩm chánh, căn bản của người Việt, cơm nuôi sống con người, không có cơm thì đói và chết.

Mạnh vì gạo, bạo vì tiền

Hay:

Nhứt sĩ nhì nông, hết gạo nhứt nông nhì sĩ

Người xưa rất quý hột cơm, xem như hột ngọc của Trời, ai phí phạm sẽ bị Trời phạt...

Cúng cơm ở trong Nam dọn 4 chén cơm, cúng người chết chưa mãn tang thì dọn 3 chén cơm, cúng "đất đai" hay cúng "cô hồn" thì dọn 5 chén cơm. Cúng cơm còn phải có cúng rượu và cúng nước nữa. Rượu được rót 4 lần, nước được rót 3 lần và chờ cây nhang tàn mới được dọn xuống để ăn hay đãi khách.

Phần kết Quốc Văn Giáo Khoa Thư viết:

"Lễ xong một chốc hết tuần hương, thì cỗ bàn trên bàn thờ hạ xuống, dọn rượu và cả nhà hội họp ăn uống rất vui vẻ".

Đám giỗ là dịp được ăn ngon, dịp để gia tộc gặp nhau chuyện trò, thăm hỏi. Đám giỗ trong Nam tới 2 ngày: Ngày đầu gọi là cúng "tiên thừa" (tiên thường), ngày hôm sau gọi là chánh giỗ. Ngày chánh giỗ là ngày cúng lớn và cũng là ngày dành đãi khách xóm giềng, có nhà mời cả ấp, cả xóm, cả trăm người tới ăn đám giỗ.

Ở nhà quê được mời đi đám giỗ gọi là được đi "ăn giỗ". Vì chỉ có ngày giỗ thì người ta mới làm heo làm gà làm vịt và làm các món ăn ngon, trước để cúng sau để đãi khách. Do đó có câu tục ngữ: *"Ăn bữa giỗ, lỗ bữa cày".*

Ở quê, mỗi lần làm đám giỗ, gia chủ phải đi mượn bàn ghế, chén đũa, nồi xoong bên nhà hàng xóm để đủ dùng cho bữa đãi khách, làm cho không khí rất náo nhiệt. Tiệc giỗ hay tiệc cưới ở nhà quê khác ở tỉnh và càng khác ở Hoa Kỳ. Giờ giấc ăn giỗ không cố định ai tới trước, mà khi chủ nhà dòm thấy đủ một bàn (mười người) thì dọn cỗ nhập tiệc. Bàn tròn có 10 cái ghế đẩu.

Thực đơn đám giỗ thường mở đầu bằng 4 món ăn chơi: Nem, bì, chả, gỏi. Tiếp theo là các món như cà ri, ra-gu, cuối cùng là món chủ lực cơm với cá, ăn no không hạn chế. Khách đi đám giỗ về thường được biếu xôi, bánh ít hoặc chuối để làm quà cho trẻ nhỏ ở nhà.

Xem ra ngày giỗ của người mình thật là quan trọng, tổ chức trang nghiêm để nói lên lòng biết ơn của con cái đối với ông bà cha mẹ hoặc tổ tiên. Ngày giỗ còn là dịp họ hàng gia tộc gặp nhau, xóm giềng đến với nhau và làm cho tình gia tộc, nghĩa xóm giềng gắn bó đậm đà thêm.

Người Việt ra hải ngoại vẫn còn giữ tục lệ đám giỗ rất đáng mừng. Các bậc cha mẹ ít khi thấy nói cho con cái biết tại sao phải cúng giỗ, nên thế hệ sanh ra sau này lơ là đối với việc cúng giỗ, không khéo sẽ bị mai một!

Nếu lớp con cháu biết tại sao phải cúng giỗ, đó là tỏ lòng hiếu thảo, biết ơn ông bà tổ tiên, thì chắc các em quý trọng tục lệ cúng giỗ.

LỊCH SỬ NƯỚC NHÀ

Ngày nay, nước nào cũng có sách nói về lịch sử nước đó. Ngày xưa lúc con người chưa có chữ viết thì nói chung nhân loại chưa có "lịch sử viết" như ngày nay. Nói lịch sử nghĩa là nói về "lịch sử viết".

Vậy lịch sử là gì? Nôm na thì lịch sử là chuyện ghi chép việc đã trải qua, của dĩ vãng.

Ngày nay lịch sử được xem quan trọng, là bộ môn khoa học xã hội, được dạy cho học sinh từ tiểu học đến trung học. Hơn nữa, lịch sử không chỉ là lịch sử của quốc gia mà còn có lịch sử về một người nào đó, một việc gì đó... như lịch sử của một tổng thống, một nhà văn, lịch sử của văn học, lịch sử chiếc xe hơi, cái áo dài, cái yếm đào, món phở, hủ tiếu Mỹ Tho...

Trở lại "lịch sử nước nhà" là bài dạy cho học trò ngày xưa trong Quốc Văn Giáo Khoa Thư lớp Dự Bị. Quốc Văn Giáo Khoa Thư viết:

"Ta học sử để biết những việc đời trước. Thuở người ta chưa biết đặt ra chữ viết thì chỉ đem những công việc trong đời mình và những chuyện xảy ra trong nước kể lại cho con cháu nghe. Những chuyện ấy cứ truyền miệng như thế, hết đời nọ sang đời kia, nên quên đi ít nhiều, cùng sửa đổi lại mà thành ra chuyện cổ tích. Chuyện cổ tích không phải là thực cả nhưng hay, nên ta thích kể."

Chúng ta, thời còn là học trò, chắc ai cũng thích đọc chuyện cổ tích, chuyện đời xưa rất hấp dẫn, và mãi tới ngày nay nhắc lại vẫn cảm thấy như mới xảy ra.

Đó là những chuyện cổ tích lịch sử hay huyền sử, như chuyện Phù Đổng Thiên Vương, là cậu bé cỡi ngựa sắt, tay cầm roi sắt đi dẹp giặc Ân rồi biến mất!!

Đó là chuyện Sơn Tinh - Thủy Tinh, với chàng Sơn Tinh nhanh chân tới sớm rước nàng Mỵ Nương lên núi Tản Viên, làm chàng Thủy Tinh đến sau tức giận làm nước dâng lên gây lũ lụt.

Chuyện cổ tích nước ta rất phong phú, là huyền thoại truyền khẩu, được thêm bớt cho hấp dẫn, nhưng đều có yếu tố lịch sử thực trong đó.

Lịch sử nước nhà suốt thời thượng cổ, từ họ Hồng Bàng: (năm 2879 trước Tây lịch đến năm 258 trước Tây lịch, trên 3000 năm), phần lớn là chuyện kể, có khi nghe hoang đường (?) thiếu chứng cớ đích xác.

Đến thời kỳ ta thuộc Tàu, gọi là thời Bắc thuộc, kéo dài từ năm 111 trước Tây lịch đến năm 939 sau Tây lịch, trên 1000 năm nước ta lệ thuộc Tàu nên người Việt tới nay chịu nhiều ảnh hưởng của Tàu trong văn hóa và đời sống. Lâu ngày, người mình có người không biết sử nước mình bằng sử nước Tàu! Văn thơ, truyện, tuồng hay dùng điển tích Tàu mà không nói đến chuyện hay của người mình, thậm chí có người còn chê sử mình là nhỏ mọn so với sử Tàu!!

Xưa ta học chữ Nho, đọc sách Tàu, do vậy văn hóa, phong tục chịu ảnh hưởng Tàu. Nhưng dân ta biết chọn lọc cái hay của Tàu, lấy cái gì thích hợp, bỏ cái không hợp... lâu ngày thành cái quốc hồn quốc túy của ta.

Vậy lịch sử nước ta thực sự có từ hồi nào?

Nước Việt mình khởi đầu có "sử viết" từ thời nhà Trần vào thế kỷ XIII và từ đó cho mãi về sau, vua nào lên ngôi đều coi trọng việc ghi chép công việc đời mình, gọi là sử ký.

Sử gia đầu tiên là ông Lê Văn Hưu người tỉnh Thanh Hóa, đậu Bảng Nhãn (Tiến Sĩ, hạng sau Trạng Nguyên, trong kỳ thi Đình) năm 1247, lúc mới 18 tuổi. Ông phụng mạng vua Trần Thánh Tông (1258-1278) soạn bộ *"Đại Việt Sử Ký"* gồm 30 quyển chép sử nước ta từ đời Triệu (207 trước Tây lịch) đến đời Lý (1224). Bộ sử chép tay này sau bị quân Minh tịch thu đem về Tàu. Tuy bị thất truyền nhưng bộ "Đại Việt Sử Ký" đầu tiên của ông Lê Văn Hưu đã giúp ích rất nhiều cho các sử gia nước mình về sau.

Quốc Văn Giáo Khoa Thư viết tiếp:

"Ta biết sử nhất là vì có sách cổ để lại. Trong lắm Pho sách như pho Quốc Sử, tổ tiên ta có chép những công việc lớn lao trong nước Việt Nam và chuyện các đấng vĩ nhân anh hùng nữa. Tổ tiên ta còn để lại những bút tích trong đền chùa, lăng tẩm và bia nữa."

Rồi trên hai trăm năm sau, có ông Ngô Sĩ Liên, vâng mạng vua Lê Thánh Tôn biên soạn bộ **Đại Việt Sử Ký Toàn Thư** gồm 15 quyển, trong đó có 5 quyển chép từ thời vua Hồng Bàng đến hết thời lệ thuộc Tàu (939) gọi là phần *Ngoại Kỷ*.

Khi Tây chiếm nước ta thì họ bắt đầu nghiên cứu và viết sử nước ta, nghiên cứu các bút tích, di vật xưa mang tánh lịch sử trong các công trình kiến trúc như chùa, lăng tẩm, đình làng, mộ cổ, tiền xưa... Tất cả những di vật đó là chứng tích giúp cho họ hiểu thêm về Việt Nam và từ đó người mình mới quan tâm nghiên cứu, chép lịch sử nước nhà.

Ông Trần Trọng Kim là người Việt đầu tiên có công nghiên cứu theo cách Tây Phương, viết ra bộ sử nước nhà, đó là bộ "Việt Nam Sử Lược". Tuy là bộ "sử lược" nhưng tới nay vẫn được xem là bộ sử ký căn bản cho các nhà nghiên cứu về lịch sử nước nhà.

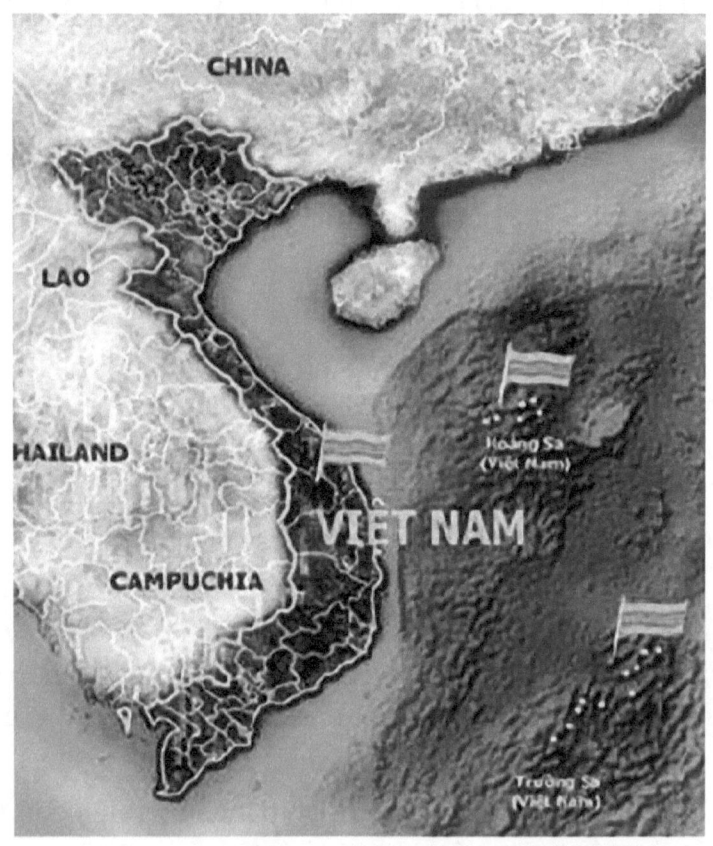

Bản đồ đất nước Việt Nam
bao gồm hai quần đảo Hoàng Sa và Trường Sa.
(Hình sưu tầm trên mạng)

Ngày nay, nước nào ở đâu cũng xem trọng lịch sử của họ cả. Chúng ta, người Việt ở hải ngoại, việc dạy cho con em hiểu biết sử mình lại càng quan trọng hơn nữa. Tại sao nói càng quan trọng hơn?

- Bởi vì có hiểu lịch sử mới biết tổ tiên mình sống ra sao, hy sinh thế nào mới để lại cho dân tộc có được một đất nước, một giang san nước Việt hình cong chữ S chạy dọc bờ Thái Bình Dương. Nước ta có được một địa vị trên địa cầu, dưới bóng mặt trời ngày nay là nhờ công lao của tổ tiên. Nhờ hiểu công sức của tổ tiên, con cháu ta mới có lòng yêu nước và từ đó mới quyết chí học hành, làm việc, góp phần giúp nước và để cho tổ tiên khỏi tủi thẹn về mình...

Gần đây thấy chuyện một học sinh lớp chuyên văn ở Hà Nội, em Nguyễn Phi Thanh, cố ý lạc đề, phản ứng lại, bài thi văn: *"Em hãy giới thiệu vẻ đẹp của tác phẩm Văn Tế Nghĩa Sĩ Cần Giuộc"*, của Nguyễn Đình Chiểu. Đây là vấn đề "lịch sử" hơn là vấn đề "văn chương".

Một học sinh, sinh viên hay một nhà văn nếu không biết hoàn cảnh ra đời của bài văn tế hoặc có biết nhưng không cảm, không yêu, không quí sự hy sinh của "Nghĩa Sĩ Cần Giuộc", thì nhứt định "chê" bài Văn Tế chớ làm gì thấy cái vẻ đẹp của tác phẩm. Sau đây là bài *Văn Tế Nghĩa Sĩ Cần Giuộc* của Nguyễn Đình Chiểu:

Hỡi ôi!
Súng giặc đất rền; lòng dân trời tỏ.
Mười năm công vỡ ruộng, chưa chắc còn danh nổi tợ phao; một trận nghĩa đánh Tây, tuy là mất, tiếng vang như mõ.
Nhớ linh xưa:

Cui cút làm ăn, toan lo nghèo khó. (Nhiều sách ghi côi cút là sai)
Chưa quen cung ngựa, đâu tới trường nhung, chỉ biết ruộng trâu, ở trong làng bộ.
Việc cuốc, việc cày, việc bừa, việc cấy, tay uốn quen làm, tập khiên, tập súng, tập mác, tập cờ, mắt chưa từng ngó.
Tiếng phong hạc phập phồng hơn mươi tháng, trông tin quan như trời hạn trông mưa; mùi tinh chiên vấy vá đã ba năm, ghét thói mọi như nhà nông ghét cỏ.
Bữa thấy bòng bong che trắng lốp, muốn tới ăn gan; ngày xem ống khói chạy đen sì, muốn ra cắn cổ.
Một mối xa thư đồ sộ, há để ai chém rắn đuổi hươu; hai vầng nhật nguyệt chói lòa, đâu dung lũ treo dê, bán chó.
Nào đợi ai đòi, ai bắt, phen này xin ra sức đoạn kình; chẳng thèm trốn ngược, trốn xuôi, chuyến này dốc ra tay bộ hổ.

Khá thương thay:
Vốn chẳng phải quân cơ, quân vệ, theo dòng ở lính diễn binh, chẳng qua là dân ấp, dân lân, mến nghĩa làm quân chiêu mộ.
Mười tám ban võ nghệ, nào đợi tập rèn; chín chục trận binh thơ, không chờ bày bố.
Ngoài cật có một manh áo vải, nào đợi mang bao tấu bầu ngòi; trong tay cầm một ngọn tầm vông, chi nài sắm dao tu, nón gõ.
Hỏa mai đánh bằng rơm con cúi, cũng đốt xong

nhà dạy đạo kia; gươm đeo dùng bằng lưỡi dao phay, cũng chém rớt đầu quan hai nọ.

Chỉ nhọc quan quản gióng trống kì, trống giục, đạp rào lướt tới, coi giặc cũng như không; nào sợ thằng Tây bắn đạn nhỏ, đạn to, xô cửa xông vào, liều mình như chẳng có.

Kẻ đâm ngang, người chém ngược, là cho mã tà ma ní hồn kinh, bọn hè trước, lũ ó sau, trối kệ tàu thiếc, tàu đồng súng nổ.

Ôi!

Những lăm lòng nghĩa lâu dùng; đâu biết xác phàm vội bỏ.

Một giấc xa trường rằng chữ hạnh, nào hay da ngựa bọc thây; trăm năm âm phủ ấy chữ quy, nào đợi gươm hùm treo mộ.

Đoái sông Cần Giuộc cỏ cây mấy dặm sầu giăng; nhìn chợ Trương Bình, già trẻ hai hàng lụy nhỏ.

Chẳng phải án cướp, án gian đầy tới, mà vi binh đánh giặc cho cam tâm; vốn không giữ thành, giữ lũy bỏ đi, mà hiệu lực theo quân cho đáng số.

Nhưng nghĩ rằng:

Tấc đất ngọn rau ơn Chúa, tài bồi cho nước nhà ta; bát cơm manh áo ở đời, mắc mớ chi ông cha nó. Vì ai khiến quan quân khó nhọc, ăn tuyết nằm sương; vì ai xui đồn lũy tan tành, xiêu mưa ngã gió.

Sống làm chi theo quân tả đạo, quăng vùa hương xô bàn độc, thấy lại thêm buồn; sống làm chi ở lính mã tà, chia rượu lạt, gặm bánh mì, nghe càng thêm hổ.

Thà thác mà đặng câu địch khái, về theo tổ phụ cũng vinh; hơn còn mà chịu chữ đầu Tây, ở với man di rất khổ.

Ôi thôi thôi!
Chùa Tông Thạnh năm canh ưng dồng lạnh, tấm lòng son gửi lại bóng trăng rằm ~~răm~~; dồn Lang sa một khắc đặng trả hờn, tủi phận bạc trôi theo dòng nước đổ.
Đau đớn bấy, mẹ già ngồi khóc trẻ, ngọn đèn khuya leo lét trong lều; não nùng thay, vợ yếu chạy tìm chồng, cơn bóng xế dật dờ trước ngõ.

Ôi!
Một trận khói tan, nghìn năm tiết rỡ.
Binh tướng nó hãy đóng Bến Nghé, ai làm nên bốn phía mây đen; ông cha ta còn đất Đồng Nai, ai cứu đặng một phường con đỏ.
Thác mà trả nước non rồi nợ, danh thơm đồn sáu tỉnh chúng đều khen; thác mà ưng đình miếu để thờ, tiếng ngay trải muôn đời ai cũng mộ.
Sống đánh giặc, thác cũng đánh giặc, linh hồn theo giúp cơ binh, muôn kiếp nguyện được trả thù kia; sống thờ vua, thác cũng thờ vua, lời dụ dạy đã rành rành, một chữ ấm đủ đền công đó.
Nước mắt anh hùng lau chẳng ráo, thương vì hai chữ thiên dân; cây hương nghĩa sĩ thắp thêm thơm, cám bởi một câu vương thổ.

Hỡi ôi thương thay!
Có linh xin hưởng.

"*Phải chăng cái học tập của mình làm cho người mình không có thể biết được sử của người nước mình*" như lời than của cụ Trần Trọng Kim viết trong lời tựa cuốn "Việt Nam Sử Lược" cách đây gần thế kỷ?

Xem như thế việc hiểu biết "lịch sử nước nhà" quả là quan trọng, và *Quốc Văn Giáo Khoa Thư* vì thế xem ra còn có giá trị lắm.

Hai Bà Trưng là nữ anh hùng trong lịch sử nước ta.
(Hình minh họa từ nguồn vietlist.us)

THƯƠNG NGƯỜI NHƯ THỂ THƯƠNG THÂN

Thấy người hoạn nạn thì thương,
Thấy người tàn tật lại càng trông nom.
Thấy người già yếu ốm mòn,
Thuốc thang cứu giúp, cháo cơm đỡ đần.
Trời nào phụ kẻ có nhân,
Người mà có đức, muôn phần vinh hoa.
(Gia huấn ca)

Đây là bài thơ của Nguyễn Trãi, được *Quốc Văn Giáo Khoa Thư* đưa vào dạy cho học trò lớp Sơ Đẳng.

Nguyễn Trãi (1380-1442) là danh nhân, cuộc đời của ông gắn liền với một số biến cố lịch sử nước ta thời xưa, qua các câu chuyện được truyền tụng.

Đó là chuyện "Nguyễn Trãi ở ải Nam Quan", rồi Nguyễn Trãi với "Bình Ngô Đại Cáo", như một thiên hùng ca độc lập, một tuyên cáo sau 10 năm kháng giặc Minh, và cuối cùng là "vụ án Nguyễn Trãi - Thị Lộ".

Bài *"Thương người như thể thương thân"* là bài giáo dục luân lý rất tuyệt vời, nhẹ nhàng như bài mẹ ru con mà tác dụng lâu dài. Có lẽ không cần phải giải thích, không cần nói gì thêm, mà ai đọc, lứa tuổi nào cũng cảm nhận được.

Ngày nay, ta hiểu "hoạn nạn" là tai vạ, tai họa, là bất hạnh, là đau khổ về vật chất lẫn tinh thần. Cho nên học trò xưa ngay từ nhỏ đã học được tánh tốt, biết thương người tàn tật, đói ăn, khát nước, nói chung là người "hoạn nạn".

Ta nhớ hồi nhỏ đi chùa được bà dạy bỏ tiền vào thùng phước sương, đi chợ mẹ dạy cho tiền người ăn xin. Trưa hè thấy người đi đường nghỉ chơn trước cổng, mẹ biểu bưng tô nước mưa ra cho uống...

Học luân lý ở trường, về nhà được bà, được mẹ dạy cho thực hành... dần dà tánh tốt, tâm thiện, nẩy nở trong đầu óc trẻ con.

Các bạn chắc còn nhớ, hồi nhỏ mỗi độ xuân về, sáng chiều đi học dọc theo bờ sông miền Tây, nhìn hai hàng ô môi nở đỏ rộ, che mát suốt con sông...

Hoặc đi bộ trên bờ đê rợp bóng lá dừa nước, mát rượi hai bàn chân... Chúng ta ê a đọc lại bài *"Thương người như thể thương thân"* mà nhớ ơn ai đó cho ta bóng mát, cho ta màu đỏ hồng tươi từ bông ô môi.

Thấy người tàn tật lại càng...
(Hình minh họa từ Quốc Văn Giáo Khoa Thư -1935)

Cây ô môi có trái 4 mùa, nhưng đặc biệt chỉ trổ bông vào dịp Tết, là mùa quết bánh phồng, bánh tráng ở quê nhà. Bông ô môi đỏ hồng như hoa đào đất Bắc, trái ô môi nay được bà con ngoài Bắc ngâm rượu và gọi cây ô môi là cây canh-ki-na.

Hồi tưởng lại thuở nhỏ, không biết thấm vào tâm vào óc lúc nào, mà chúng ta ai cũng có lòng thương người.

Chúng ta thương người làm chiếc áo tơi cho ta che mưa đi học, thương nắm cơm vắt do tay bà, tay mẹ mỗi sáng gói trong mo cau trao tận tay cho chúng ta đem theo ăn trưa.

Cơm vắt hồi đó các bà mẹ làm công phu lắm chứ đâu đơn giản! Cơm nấu vừa chín, hơi nhão một chút, giở ra lúc còn nóng hổi bốc khói, lấy vá bới đổ vào miếng vải bồng bột độ hai chén. Túm bốn góc vải lại và nhồi cho cơm nát, nhuyễn, không còn thấy hột cơm. Đoạn túm bốn chéo vải, vặn tròn vắt cơm cho thật chặt, đến khi không vặn được nữa. Mở khăn ra, vắt cơm tròn, cứng, trên có núm nhọn, in dấu các đường xếp của khăn.

Chiếc áo tơi chằm bằng lá dừa nước, mặc vào mùa mưa.
(Hình minh họa từ Quốc Văn Giáo Khoa Thư -1935)

Cơm vắt ăn chung với tôm rang muối, có khi ăn với cá kho khô, có lúc chỉ ăn với nửa tán đường thôi cũng ngon và no bụng rồi. Nay nhắc chuyện cơm vắt (ngoài Bắc gọi là cơm nắm) nhớ thương các bà mẹ Việt Nam, thức khuya dậy sớm, lụm cụm lo cơm cho con với tình thương vô cùng vô tận.

Hồi đó, đi học sớm, vào buổi sáng gặp lúc mưa, mẹ trồng vào con cái áo tơi dài tận chân, rồi đưa ra tận bên kia bờ sông. Chiếc áo tơi đó hằng ngày mẹ mặc đi ruộng, đi buôn bán vào mùa mưa được chằm (đan) bằng lá dừa nước, rất phổ biến ngày xưa.

Cái áo tơi, gói cơm vắt với chúng ta, với các bạn học trò Quốc Văn Giáo Khoa Thư không chỉ là vật che mưa, hay đồ ăn đỡ đói, mà như là cái gì thuộc về tâm hồn, về tình thương của người mẹ gởi theo đứa con trên bước đường đi đến trường. Phải chăng nó xuất phát từ những bài học vỡ lòng, bài học về lòng thương người của Quốc Văn Giáo Khoa Thư.

Dầu bạn nay có ăn bao món ngon vật lạ, mặc chiếc áo lộng lẫy mắc tiền, nhưng chắc không bằng món cơm vắt, cái áo tơi ngày xưa mà mẹ cho bạn.

Trời nào phụ kẻ có nhân
Người mà có đức muôn phần vinh hoa.

Ngày xưa, ông bà, cha mẹ chúng ta tin như vậy. Đó không phải là tôn giáo hay triết lý gì cao siêu mà là đạo lý sống của con người, nền đạo lý tạo nên con người Việt Nam ta ngày xưa.

- *Có đức mặc sức mà ăn.*
- *Ở hiền gặp lành.*

Thế mới nói tục ngữ, ca dao chúng ta vừa mang tánh dân gian mà vừa bác học, chứa đựng một triết lý sống bàn bạc trong mọi người, mọi giới.

Lật lại trang lịch sử, chúng ta cũng thấy rằng vua chúa ngày xưa của chúng ta, đời sau tiếp nối đời trước tạo nên dãy sơn hà như ngày nay, mà thầm cám ơn.

Nhờ học Quốc Văn Giáo Khoa Thư từ bé, học trò biết thương cha mẹ, anh em, thương người, rồi tình thương đó phát triển thành tình yêu quê hương, thương các bậc tiền nhân, xây dựng quê hương, và hãnh diện người dân mình có 4000 năm văn hiến.

Trở lại cái học ngày nay ở Huê Kỳ, không còn nghe nói *"Tiên học lễ, hậu học văn"*, trường học ở Mỹ không dạy trẻ con luân lý như Quốc Văn Giáo Khoa Thư. Các bà mẹ Việt Nam không còn vắt cơm cho con đem đi học. Nhiều bậc cha mẹ Việt Nam lo lắng, sợ rằng rồi mai đây không biết những thế hệ trẻ Việt Nam sẽ ra sao?

Chớ lo quá. Vì người Việt mình có "cái gia tộc", nơi đó là nền tảng của luân lý, là khởi đầu xây dựng tình cảm, đạo đức con người.

Như cụ Nguyễn Đình Chiểu, một nhà nho lớn lên trong thời quê hương điêu tàn bởi ngoại xâm, thế mà vẫn giữ tấm lòng hiếu thảo với mẹ, tấm lòng son sắt với dân với nước. Tình thương mẹ phát triển trong cụ trở thành tình yêu quê hương, cái mà cụ nói là để báo đáp ơn "tấc đất ngọn rau".

Dù mù, cụ tự nguyện tham gia phong trào chống Tây cùng Trương Công Định với tư cách là cố vấn, để rồi sau khi anh hùng Trương Công Định mất, cụ đã sáng tác 12 bài thơ điếu, khóc thương Trương Công Định còn lưu lại tới nay:

> *Trong Nam tên họ nổi như cồn,*
> *Mấy trận Gò Công nức tiếng dồn.*
> *Dấu đạn hởi rêm tàu bạch quỷ,*
> *Hơi gươm thêm rạng thế Huỳnh-môn.*
> *Ngọn cờ ứng nghĩa Trời chưa bẻ,*
> *Quả Ấn Bình Tây đất vội chôn.*
> *Nỡ khiến anh hùng rơi giọt lụy,*
> *Lâm râm ba chữ điếu trong hồn.*
> (Bài thứ nhứt)

Gẫm lại bài "Thương người như thể thương thân" dầu chỉ là bài luân lý dạy học trò ngày xưa về lòng thương người, nhưng đó là hạt nhân, là mầm tốt quý giá để tạo nên con người tốt, biết "ơn tấc đất ngọn rau", biết ơn tiền nhân.

Bài học đầu đời cho trẻ thơ xem ra không có gì quý bằng bài học "thương người", nó chẳng những có giá trị với người xưa mà nay vẫn còn dùng được.

Cứu vớt người gặp nạn là một nghĩa cử thương người.
(Hình minh họa từ Quốc Văn Giáo Khoa Thư -1935)

GẦN BÙN MÀ CHẲNG
HÔI TANH MÙI BÙN

Trong đầm gì đẹp bằng sen,
Lá xanh bông trắng, lại chen nhị vàng.
Nhị vàng, bông trắng lá xanh,
Gần bùn mà chẳng hôi tanh mùi bùn.

Bài ca dao trên được chọn làm bài học thuộc lòng cho học trò ngày xưa, in trong sách Quốc Văn Giáo Khoa Thư dành cho lớp Dự Bị (Cours Préparatoire).

Sống ở miền Nam, đặc biệt là miệt Kiến Phong, Cao Lãnh, Đồng Tháp, Sa Đéc... mới hiểu biết được thế nào là đầm sen. Ở đó, sen mọc bạt ngàn, mênh mông trên ruộng như cỏ hoang, chỗ nào cũng có, đi đâu cũng gặp sen cả.

Nhìn ao sen sau vườn nhà, trước đình, chùa, trường học với lá sen che kín mặt nước, vài bông trắng vượt lên trên giữa cảnh trưa hè nắng gắt, không ngọn gió, mới thấy quả là:

Trong đầm gì đẹp bằng sen.

Cái đẹp dân dã, nhưng cao quí, mộc mạc mà thanh tao, không rực rỡ mời gọi của bông sen đã được người xưa dùng để chỉ những giá trị thanh cao: Đó là sự liêm khiết của người quân tử, là sự tinh anh của người phụ nữ

Việt Nam, và đặc biệt là tiêu biểu sự cao quí tuyệt vời của Đức Phật.

Dù liêm khiết, tinh anh, cao quí nhưng hình ảnh bông sen luôn gần gũi thân thương với người bình dân Việt Nam:

Tháp Mười đẹp nhất bông sen

Ngày nay ở Huê Kỳ nhà nào tạo được một ao sen nho nhỏ sau vườn là quí lắm, người ta đã thuần hóa cây sen cho hợp với khí hậu ở đây.

Cây sen sống ở khí hậu nhiệt đới, chịu ẩm và nước. Về Đồng Tháp, sống lại với cảnh đầm sen, ruộng sen, mới hiểu xưa kia ông cha mình thời hoang sơ, từ Đàng Ngoài vào đây lập nghiệp đã biết tận dụng cái gì có sẵn để tạo ra thức ăn, trong đó có những món chế biến từ cây sen.

Lá sen đem gói bánh, gói xôi, hấp lên mùi thơm của lá hòa vào cơm, vào xôi, làm cho món ăn thành kỳ diệu, khó tả, trở thành cái gì thuộc về tâm hồn của chúng ta. Còn nữa, ngó sen (cọng của bông sen) trộn với tôm, thịt, thêm rau thơm, nêm gia vị vào tạo nên một món gỏi đặc biệt, độc đáo: Đó là gỏi ngó sen, ai ăn cũng khen ngon, nay được dùng để thết đãi các nhà quí tộc ở các nhà hàng bốn sao, năm sao.

Cái ăn của người xưa, người Lục Tỉnh, nói lên một triết lý của ẩm thực. Đó là *good to eat*: món ngon trước hết tự nó phải ngon chớ không phải vì ta ca ngợi nó ngon: *good to think*, như lối nói của Tản Đà và Vũ Bằng!

Do tính chất đặc biệt đó của sen mà Quốc Văn Giáo Khoa Thư muốn mượn bài cây sen để giáo dục học trò rằng, dầu ở trong hoàn cảnh nào, dầu sống với hạng người xấu, ta cũng phải giữ được sự trong sạch, không để bị lây nhiễm, không bị ảnh hưởng.

Nhớ lại trong ca dao tục ngữ ta cũng có câu:

- Gần mực thì đen, gần đèn thì sáng.
- Ở bầu thì tròn, ở ống thì dài.

Nghĩa là sống ở môi trường nào, hoàn cảnh nào, con người sẽ bị ảnh hưởng bởi hoàn cảnh đó. Thế mới thấy bài học Quốc Văn Giáo Khoa Thư ở đây: *"gần bùn mà chẳng hôi tanh mùi bùn"* quả không dễ. Là cha mẹ, phụ huynh, nay chúng ta dạy con cháu chúng ta thế nào để lớn lên chúng luôn giữ được tấm lòng trong sạch, sắt son trước mọi cám dỗ.

Lịch sử cho chúng ta nhiều bài học, nhiều tấm gương xấu lẫn tốt. Như ông Phan Văn Trị, không theo Tây, còn Tôn Thọ Tường thì *"thà mất lòng cha được bụng chồng"* – Hoặc từ chối bổng lộc của quan tham biện Bến Tre như cụ Đồ Chiểu. Không như trường hợp ông Phạm Quỳnh nhóm Nam Phong Tạp Chí, nhận tiền của Louis Marty (trưởng mật thám) và Albert Sarraut (Toàn Quyền Đông Dương) để làm báo.

Trở lại một chút với trà ướp sen ở xứ mình. Do sự khám phá ra mùi hương đặc biệt của bông sen nên địa vị của cây sen càng được đề cao. Từ khi có trà sen thì các loại trà ướp lài, ướp soái, ướp ngâu... bị đưa xuống thấp, trở thành loại trà bình dân. Cây trà gốc ở Tàu nên có tên là Sinensis, du nhập vào xứ ta cũng như Ấn Độ rồi Âu Châu. Ngày nay trà có mặt trong đời sống ẩm thực của con người như là thức uống, giải khát.

Có mấy loại trà? Dẫu ở dạng nào, nhãn hiệu gì, trà nói chung có ba loại, do 3 cách chế tạo ra:

- **Trà xanh hay thanh trà, green tea:** là loại trà được chế biến không cho lên men, chỉ sấy khô sau khi được cán bỏ chất tinh dầu. Trà xanh cho nước màu xanh, hương thơm, dịu ngọt tự nhiên. Người Việt mình đa số uống loại trà này.

- **Trà đen -hồng trà- black tea:** là loại trà cho lên men hoàn toàn. Trà cho nước đỏ, thường thấy trong các tiệm nước của người Tàu ở Việt Nam. Người Âu Châu ưa loại này.

- **Trà Ô Long:** loại cho lên men bán phần (semi fermented), trà cho nước hơi vàng, thơm nhưng có vị chát. Trà Ô Long xứ ta thường thấy mấy cụ uống vào buổi sáng trước khi ăn.

Ở xứ ta xưa nay Trà và Rượu là món để dùng cúng tế và lễ nghĩa như cưới hỏi, ma chay,

Có hai loại trà quý được nhắc, được biết tên là **Trà Long Tỉnh** (loại green tea) và **trà Thiết Quán Âm** (loại trà Ô Long).

Xem ra trà từ Tàu qua Việt Nam, rồi từ Bắc vào Nam nhưng cung cách uống trà có nhiều chỗ khác nhau:

- Nước trà ở ngoài Bắc đem ra bán ngoài đường, làm món giải khát rất được ưa chuộng. Hình ảnh cô hàng chè tươi đã đi vào văn học Bắc Hà với nhiều tình tiết lãng mạn.

- Trà ở Huế cũng nấu bán ngoài phố chợ, gọi là trà Huế, đặc biệt có pha gừng, nhưng lịch sử về các cô hàng chè ở Huế thì không có bề dày bằng ở Bắc!

- Trong Nam cũng uống trà tươi, trà Huế nhưng không ai đem bán nước trà ở ngã tư, ngoài chợ. Nước phục vụ khách đi đường ở Lục Tỉnh là nước mưa, uống miễn phí, nhà nào cũng có một khạp ở trước sân nhà.

Duy nhất ở miền Nam có món trà đá quá ư là đặc biệt và độc đáo! Quả không ai biết trà đá có ở Miền Nam hồi nào và ai có sáng kiến đó? Nhưng chắc chắn là món trà đá có sau khi có kỹ nghệ làm nước đá ở xứ ta.

Bạn hơn một lần về Lục Tỉnh, chờ qua cầu Bến Lức hoặc Bắc Mỹ Thuận ngày xưa, thì thế nào cũng kêu một ly trà đá cho đỡ khát. Trà đá rong ruổi trên các nẻo đường quê, các bến xe, bến đò và các quán cà phê... là một nét "văn hóa trà đá" ở xứ Miền Nam.

Lính viễn chinh Mỹ xưa vào Saigon cũng có thói quen kêu ly "Saigon Tea" vừa rẻ, vừa ngồi nhâm nhi được lâu với các cô trong quán nước bình dân. Có lẽ do vậy, từ đó trong những quán bar rượu ở Sài Gòn khi các cô chiêu đãi viên được khách Mỹ mời một ly rượu, cô liền gọi "Saigon Tea" là ly rượu mời, nhưng thực chất chỉ là nước trà, để các cô không bị say trong thời gian phục vụ khách.

Rồi trà đá theo dòng người vượt biên qua tận Hoa Kỳ, vào các quán phở, nhà hàng Việt Nam, mấy thực khách Mỹ, Mễ vào nhà hàng Việt cũng thích làm một ly trà đá sau khi ăn tô phở bò!

Lâu lắm rồi mới có dịp hồi tưởng lại bài học thuộc lòng "Cây Sen" trong Quốc Văn Giáo Khoa Thư. Bốn câu ca dao mở đầu bằng:

Trong đầm gì đẹp bằng sen.

gợi lại trong chúng ta nhiều kỷ niệm. Những hình ảnh đẹp đẽ, thơ mộng và êm đềm của nông thôn như ùa vào tim vào óc chúng ta cùng một lúc. Cái hình ảnh *"Lá xanh bông trắng lại chen nhị vàng - Nhị vàng bông trắng lá xanh"* quả dễ thương làm sao. Thương ao sen sau nhà, thương về các bà mẹ quê hay thương về một kỷ niệm của chính chúng ta.

Gần bùn mà chẳng hôi tanh mùi bùn là ước vọng của người xưa thể hiện qua bài ca dao "cây sen", vẫn mãi mãi là ước vọng của chúng ta và con cháu sau này.

Bài ca dao "Cây sen" tả cảnh ao sen, cái đẹp của ao sen, cũng như tính cao quí của bông sen, là bài học từ lâu đã ăn sâu vào tâm hồn của những người học trò Quốc Văn Giáo Khoa Thư. Nay đọc lại, chúng ta lòng bảo lòng làm sao sống được như bông sen: *"gần bùn mà chẳng hôi tanh mùi bùn"?*

Đầm Sen.
(Hình minh họa từ Quốc Văn Giáo Khoa Thư -1935)

PHẦN II
GIA ĐÌNH VÀ HỌC ĐƯỜNG

1. Đi học phải đúng giờ
2. Làm người phải đi học
3. Đi học để làm gì?
4. Học trò biết ơn thầy
5. Chí làm trai
6. Phải giữ cho tấm lòng trong sạch
7. Chỗ quê hương đẹp hơn cả
8. Gia đình sum vầy buổi tối
9. Bữa cơm ngon
10. Bà ru cháu
11. Kẻ ở người đi
12. Đi chợ tính tiền
13. Mưa dầm gió bấc

Cắp sách đến trường (hình trên) và ngồi trong lớp học.
(Hình minh họa từ Quốc Văn Giáo Khoa Thư -1935)

ĐI HỌC PHẢI ĐÚNG GIỜ

*Xuân đi học coi người hớn hở,
Gặp cậu Thu đi ở giữa đàng,
Hỏi rằng: Sao đã vội vàng,
Trống chưa nghe đánh đến tràng làm chi?*

Sau nửa thế kỷ mà tôi vẫn còn xúc động khi đọc lại bài tập đọc ở lớp Sơ Đẳng mà học trò thuở ấy ai cũng thuộc. Bài đọc thể song thất lục bát: "Đi học phải đúng giờ" mở đầu cho giáo trình lớp Sơ Đẳng.

Không phải tự nhiên mà tác giả đưa bài "Đi học phải đúng giờ" lên đầu cuốn sách. Ý nghĩa bài tập đọc dạy cho học sinh phải đúng giờ, đã in sâu vào thế hệ trẻ Việt Nam thuở xưa, thành thói quen, như một thứ kỷ luật, để sau này thành những công dân biết tôn trọng giờ giấc trong các sinh hoạt.

Thật vậy, hồi xưa xứ mình làm gì có đồng hồ, người ta đo thời gian: ngày thì nhìn mặt trời, đêm nghe tiếng gà gáy, chim kêu. Nông dân nhìn nước sông lúc lớn lúc ròng để biết thời gian, hoặc đo thời gian bằng bao nhiêu hơi thuốc hút, hoặc một nửa bã trầu!

Các nơi công quyền thì tính thời gian theo canh giờ (1 canh = 2 giờ đồng hồ) và được báo bằng tiếng trống canh, nên xác suất chênh lệch hai hoặc ba giờ đồng hồ là thường. Ta nghe câu nói: *Quan cần, dân trễ*. Xưa nay là như vậy đó.

Học trò ngày xưa ít khi đi học trễ giờ. Học trò đi trễ không dám vô trường, phải có cha mẹ hay anh chị dắt vô lớp. Thuở ấy đi học trễ dù có lý do chính đáng đều rất xấu hổ, mắc cỡ với bạn bè.

Trường tôi có 3 lớp và 3 phòng học. Cái trống treo ở lớp Sơ Đẳng, ở cuối phòng học. Thầy giáo phân cho trò lớn nhất lớp, thường là trưởng lớp, thủ đánh trống. Học trò thuở đó ở xa trường, tận trong vườn, trong ruộng. Vì hai ba làng mới có một trường học sơ học (Cấp I). Chúng tôi lúc đó đến trường rất sớm, có khi cả hai tiếng đồng hồ, và chơi đùa quanh trường học, ở nhà lồng chợ gần bên trường. Nghe ba hồi trống là chuẩn bị tề tựu đi về trường; rồi nghe một hồi trống sau đó (độ 10 phút) thì chạy về lớp sắp hàng, rồi nghe 3 tiếng trống (độ 5 phút) là cùng nhau vào lớp theo hướng dẫn của thầy cô.

Cái trống báo giờ ngày xưa mà tôi biết là nhờ được đi học, và thói quen đúng giờ cũng do đó mà có. Sau này ra tỉnh học Cours Moyen rồi lên lớp Nhứt, tôi vẫn còn nhờ tiếng trống mà biết thời gian vào lớp đúng giờ. Trường tỉnh có cổng ra vào, mở đóng đúng giờ quy định, tôi chưa một lần bị nhốt ngoài cổng vì đi trễ.

Lúc này ở nhà tôi có mua được cái đồng hồ hiệu con gà trống của Tây, số giờ có màu xanh dạ quang, ban đêm nhìn rất đẹp; má tôi trịnh trọng để ở giữa bàn thờ trước lư hương, có nhiều người hàng xóm đến coi giờ.

Rồi cái đồng hồ tay hiệu Cita (?) đầu tiên tôi có được khi vào lớp Đệ Thất (lớp sáu ngày nay) luôn bên tay nhắc tôi phải đúng giờ. Xuân và Thu là hai chú học trò lớp Sơ

Đằng đối đáp trong bài tập đọc "Đi học phải đúng giờ", 50 năm xưa vẫn gây cho tôi nhiều ấn tượng khó quên.

Kỷ niệm học trò nên thơ cũng như kỷ niệm về cái trống báo giờ đến trường, là bài học đúng giờ mà Quốc Văn Giáo Khoa Thư đã dạy tôi từ lúc bé.

Ngày nay, chúng ta có rất nhiều dụng cụ đo giờ, báo giờ. Đồng hồ tay, đồng hồ trên xe, đồng hồ trong điện thoại, trên radio, trên T.V, trên tủ lạnh, trên microwave... Nó ở nơi làm, nơi ngủ, nơi làm vệ sinh... chỗ nào cũng có đồng hồ. Thế mà chúng ta cố tình không thấy, không nghe, không care, không mắc cỡ... đủ "Bốn Không" để đi trễ. Đi đám cưới trễ, đi họp trễ, đi coi hát trễ...

Dù nhớ, dù quên Quốc Văn Giáo Khoa Thư, nhưng chắc chúng ta còn nhớ 4 câu thơ song thất lục bát:

Xuân đi học coi người hớn hở,
Gặp cậu Thu đi ở giữa đàng,
Hỏi rằng: "Sao đã vội vàng,
Trống chưa nghe đánh, đến tràng làm chi?"

nhắc nhở chúng ta bài học: Phải đúng giờ.

Học trò đi học phải tới trường đúng giờ.
(Hình minh họa từ Quốc Văn Giáo Khoa Thư -1935)

LÀM NGƯỜI PHẢI ĐI HỌC

Ngày nay, trẻ con sanh ra lớn lên vừa đủ tuổi là cha mẹ đưa đến trường đi học. Chuyện rất bình thường và tự nhiên như cuộc sống: ăn, uống, làm việc. Không có gì phải bàn cãi, đặt vấn đề là tại sao phải đi học.

Thế nhưng, những trẻ con thế hệ trước đây, ngày xưa, vào đầu thế kỷ 20 thì khác. Cái thời học chữ Nho, chữ Tây, chữ Quốc Ngữ không phải gia đình Việt Nam nào cũng có đủ điều kiện cho con đi học. Đi học trở thành "đặc quyền" cho những người có tiền, có quyền!!

Lại nữa, người mình vì có một số ít học, nghèo khó, cam phận; không thấy đi học là nhu cầu và là chìa khóa mở cửa trí khôn, là hành trang để vào đời. Nên dân gian mới nói rằng:

Nhứt sĩ nhì nông
Hết gạo chạy rong,
Nhứt nông nhì sĩ!

Hoặc

Con quan thì đặng làm quan
Con sãi ở chùa thì quét lá đa...

Do vậy, trong sách Quốc Văn Giáo Khoa Thư, cuốn Dự Bị (Lớp Hai), các tác giả mới có bài học "làm người phải đi học"; và mở đầu bằng hai câu cách ngôn như:

Cha chỉ chiếc bình ngọc, bảo con: "Ngọc có mài giũa mới có giá trị. Nên làm người phải đi học."
(Hình minh họa từ Quốc Văn Giáo Khoa Thư -1935)

"Ngọc kia chẳng giũa chẳng mài,
Cũng thành vô dụng cũng hoài ngọc đi"

Quả đúng như vậy!

Ngọc mà không có người đào bới tìm ra, mài giũa, chế tạo thì muôn đời vẫn chỉ là đá nằm sâu im lìm trong lòng đất. Vàng mà không được đào lên, sàng lọc, luyện nấu thì quả vô dụng thật. Đọc hai câu đó, học trò thuở nhỏ chúng ta hiểu ngay, "ngộ ra" lý do tại sao ta phải đi học.

Tác giả Quốc Văn Giáo Khoa Thư viết tiếp:

"Con người ta có khác gì
Học hành quí giá, ngu si hư đời".

Ông bà chúng ta ngày xưa thời chưa bị Tây chiếm thì học chữ Hán rồi chữ Nôm. Cái học thuở đó chủ yếu là học để biết đạo làm người, học làm người quân tử. Cái lối học đó tổ tiên ta phỏng theo Tàu.

Sách vở cơ bản của Tàu là *Tứ Thư, Ngũ Kinh*[1]. Con người Nho học phải biết giữ gìn *Tam Cương, Ngũ Thường*[2]. Nhờ cái học đó mà chế độ phong kiến mới ổn định lâu dài và phát triển như lịch sử Việt Nam.

Vua chúa ta ngày xưa biết chọn người tài ra giúp nước, bằng các khoa thi.

Bài "làm người phải đi học" trong sách Quốc Văn Giáo Khoa Thư chỉ cái học chữ quốc ngữ và chữ Tây. Khi Tây chiếm Nam Kỳ thì họ bắt đầu lập ra trường Thông Ngôn và trường đào tạo Tham Biện (Chủ Quân) rồi mở trường Sơ Học mà ta quen gọi là Trường Làng.

Nhớ lại lúc đầu nhiều nơi trong Lục Tỉnh, trường làng đặt ở Đình Làng. Đình làng nước ta có từ hồi nào? Theo ông Ngô Sĩ Liên trong "Đại Việt Sử Ký Toàn Thư", cái Đình của ta có từ năm 1242 đời nhà Trần.

Năm đó, ông Trần Thủ Độ có sáng kiến đưa ra chánh sách "cận dân, thân dân" nên cho tổ chức các đơn vị hành chánh cơ sở là làng, và cho xây dựng công đường gọi là Đình làng, cử Đình Trưởng trông coi, cấp phát công điền để trang trải việc của đình làng.

Trong khi cái Đình của Tàu thì xây dựng trên trục quan lộ để làm bưu trạm, cũng như làm nơi phục dịch cho quan quân trên đường đi công tác. Đình trên quan lộ có hai loại:

---

[1] Tứ Thư: Đại Học, Trung Dung, Luận Ngữ, Mạnh Tử,
Ngũ Kinh: Kinh Thi, Thư, Dịch, Lễ và Kinh Xuân Thu.

[2] Tam Cương: quân-thần, phụ-tử, phu-thê.
Ngũ Thường: -Nhân -Nghĩa -Lễ -Trí -Tín.

- Đoãn đình: Đình xây cách nhau 5 dặm.
- Trường Đình: đình xây cách nhau 10 dặm.

(Đọc truyện Tàu "Hán Sở Tranh Hùng", chúng ta ai cũng ca ngợi tinh thần "hảo hớn", mã thượng của Hạng Võ khi bị vây hãm tại Cai Hạ, bèn tự chặt đầu để nộp giao cho tên Đình Trưởng, là người đưa đò cũng là người cai quản cái Đình ở vùng Cai Hạ.

Trong khi ở Việt Nam, miền Lục Tỉnh hầu như làng nào cũng có Đình Làng do dân góp công góp của xây dựng, và xin vua ban sắc phong để thờ. Đình Việt Nam vừa thờ thần, vừa là trung tâm sanh hoạt văn hóa cộng đồng địa phương, có tánh tự quản gọi là "tự trị xã thôn", nên dân gian có câu:

Phép vua thua lệ làng

Trong miền Nam, đình thường cất theo chữ Công, hoặc chữ Đinh ngược, quay về hướng Nam, xa khu dân cư để tránh ồn ào và ô uế, tỏ sự kính trọng thần thánh.

Đình ở Lục Tỉnh có 3 khu riêng: Đình Trong dành thờ thần chỉ mở cửa trong ngày cúng đình, và chỉ có ông Từ đi vào mỗi đêm đốt nhang; Đình Ngoài nơi cử hành cúng tế của dân gian; Đình Trung ở giữa dành cho quan viên lễ bái, tiệc tùng, hai bên Đình Trung có hai hành lang hữu gian và tả gian dành cho dân làng tiệc tùng.

Đình làng là cái gì quen thuộc đối với chúng ta, những thế hệ tuổi độ 60 trở lên. Hằng năm qua lễ hội "Kỳ Yên" thu hút đông đảo dân làng, nam nữ thanh niên.

Qua đình ngả nón chào đình,
Đình bao nhiêu ngói (em) thương mình bấy nhiêu.

Đình làng có nhiều ngói vì lợp hai lớp: Lớp dưới có sơn phết gọi là "ngói chiếu", lớp trên để thưởng gọi là "ngói phú" để chống lại mưa bão, giữ được lâu. Đình làng do vậy có nhiều ngói.

Cột đình rất to, tròn, được đánh bóng. Nên ở quê cái gì to thì người ta nói:

To như cột đình

hoặc

Cột to một người ôm không hết

Phần kết luận, tác giả Quốc Văn Giáo Khoa Thư viết:

"Những anh mít đặc thôi thời
Ai còn mua chuộc, đón mời làm chi".

Tác giả chê bai người dốt nhằm khuyến khích học trò phải ráng đi học.

"Mít đặc" là dốt nát, chẳng biết tì gì cả. Không biết ai đưa ra ý kiến ám chỉ "mít đặc" là dốt hoặc nói chữ viết "không đầy lá mít" là dốt?

Nhơn đọc Quốc Văn Giáo Khoa Thư, nói về học chữ Quốc Ngữ, chúng ta nhớ đến ông Toàn Quyền Đông Dương Merlin[3]. Chính ông ra quyết định bỏ hệ thống giáo dục chữ Nho và thay thế bằng lối học chữ quốc ngữ từ năm 1924, và cho hình thành hệ thống giáo dục Sơ Học dạy bằng chữ quốc ngữ. Từ đó mở đầu cho phái Tân Học là những người theo Tây, chê bai phái Cựu Học.

---

3 Toàn Quyền Đông Dương Merlin bị Phạm Hồng Thái ném bom giết ở Sa Điện, Quảng Châu bên Tàu ngày 18-6-1924, nhưng may mắn thoát chết. Phạm Hồng Thái tên thật là Phạm Thành Tích (2896-1924), là thanh niên yêu nước, chống Pháp, gia nhập tổ chức cách mạng "Tân Dân Xã". Mộ ông hiện ở Hoàng Hoa Cương Quảng Châu, cùng chung với 72 liệt sĩ Trung Hoa.

Trong phe Tân Học cũng có người lợi dụng sở học để chống Tây.

Như Quốc Văn Giáo Khoa Thư đã dạy học trò ngày xưa, người có học là cái gì quí báu như ngọc, luôn luôn được mọi người dân kính trọng.

Người mình có truyền thống quí trọng "kẻ sĩ", nay ta gọi là người trí thức. Bởi lẽ người ta nghĩ rằng người trí thức đem sở học của mình ra để giúp dân, giúp nước. Đúng như vậy, xưa nay trí thức, sĩ phu, luôn luôn là động lực thúc đẩy sự phát triển đất nước.

Tây dạy người mình nhằm tạo ra lớp người theo họ, giúp họ cai trị lâu dài trên quê hương mình. Điều đó cuối cùng bị ngược lại. Chính những nhà trí thức, thanh niên tân học Việt Nam mình nổi lên chống Tây.

Dân mình vốn trọng học hành, đề cao người có học, điều đó làm cho thanh niên Việt Nam xưa nay có truyền thống hiếu học. Dù học chữ Nho, chữ Tây, hay chữ Mỹ, dân ta luôn luôn chứng tỏ thông minh, chăm chỉ và đạt thứ hạng cao.

Đó là vốn liếng quí giá của người mình, phần lớn nhờ vào nếp sống gia đình, gia tộc, cũng như truyền thống hiếu học của chúng ta vậy.

ĐI HỌC ĐỂ LÀM GÌ?

Trước khi người Pháp chiếm lấy nước ta, người mình học chữ Hán. Chữ Hán là quốc ngữ của Tàu, được truyền bá sang ta từ thời nước nhà bị lệ thuộc họ. Mãi sau khi độc lập dân mình vẫn dùng chữ Hán và vẫn có hệ thống thi cử để chọn nhơn tài. Chữ Hán sử dụng ở nước ta không khác chữ Hán ở Tàu nhưng cách phát âm lại khác.

Nước ta xưa có hệ thống giáo dục lâu đời, tổ chức thi cử công minh, học trò không phân biệt giai cấp, mặc dù nhà vua có tổ chức trường Quốc Tử Giám, dạy riêng cho con cháu nhà vua và con quan lại của triều đình.

Khi Tây chiếm nước ta, đầu tiên biến Nam Kỳ thành thuộc địa, và Pháp dùng chữ Quốc Ngữ thay chữ Hán, xây dựng hệ thống giáo dục mới.

Bài "Đi học để làm gì?" Quốc Văn Giáo Khoa Thư dành cho lớp Dự Bị (Cours Préparatoire. lecture) nói về học chữ Quốc Ngữ trong thời Tây cai trị nước ta. Bài "Đi học để làm gì?" cho thấy rõ mục đích của dạy và học chữ Quốc Ngữ: Đi học trước hết là để biết đọc và viết thơ; vì thuở đó cả làng không có người biết đọc quốc ngữ, thơ từ giấy tờ do làng đưa xuống không ai biết để thi hành. Đi học cũng nhằm biết đọc báo và bắt chước làm theo báo.

Xứ Nam Kỳ bấy giờ có tờ Gia Định Báo[4] là tờ báo quốc ngữ đầu tiên nhằm truyền bá chánh sách thực dân Pháp. Tháng 8 năm 1868 Pháp giao cho ông Trương Vĩnh Ký[5] coi bài vở (chủ bút) cùng các ông Tôn Thọ Tường, Huỳnh Tịnh Của và Trương Minh Ký. Báo đầu tiên ở xứ ta là báo quốc doanh, người viết (nhà báo) làm thuê ăn lương cho nhà nước Pháp.

Đi học cũng để biết toán (tính toán), biết mọi sự vật (cách trí) và biết vệ sinh thường thức nữa. Đúng là các môn khoa học mà hệ thống giáo dục xưa của ta không có. Từ khi Pháp vào, họ đem kiến thức khoa học phổ biến cho dân mình qua hệ thống giáo dục. Cuối cùng theo Quốc Văn Giáo Khoa Thư đi học để biết luân lý, hiếu thảo và thành người công dân tôn trọng luật nhà nước Pháp mà tác giả gọi là người dân lương thiện.

Đúng là chế độ chánh trị nào đẻ ra chánh sách giáo dục ấy, nhằm đào tạo con người phục vụ chế độ, hay ít ra cũng không chống lại nhà nước đó!! Ngày xưa, thời phong kiến, nền giáo dục ta chịu ảnh hưởng giáo dục Trung Quốc, nhằm đào tạo con người quân tử, trên nền tảng Tứ Tư, Ngũ Kinh, để bảo vệ một hệ thống xã hội,

---

[4] Tờ *Gia Định Báo* xuất bản ở Saigon năm 1865 do Pháp chủ trương, ở Bắc Kỳ có Đại Nam Đồng Văn Nhựt báo viết bằng chữ Nho (Hán) ra đời năm 1892 mãi đến 1907 mới có thêm phần quốc ngữ do ông Nguyễn Văn Vĩnh làm chủ bút, Phan Kế Bính làm thư ký.

[5] Trương Vĩnh Ký (1837-1898) quê Cái Mơn, Vĩnh Long (Nam Kỳ). Lúc 4 tuổi được giáo sĩ Pháp cho xuất ngoại học đạo, năm 1863 được Pháp cử làm thông ngôn cho Sứ Bộ Phan Thanh Giản sang Pháp để xin chuộc lại 3 tỉnh Biên Hòa, Gia Định, Định Tường. Năm 1869 được Pháp giao coi bài vở (Chủ Bút) tờ Gia Định Báo. Năm 1886 Paul Bert, Tổng Trú Sự Pháp, cử ông ra Huế sung vào Cơ Mật Viện để giúp giao thiệp Pháp -Việt. Ông mất ngày 1-9-1898 thọ 61 tuổi.

thứ bậc vua-quân-dân, ràng buộc theo quan niệm chính danh (ngày nay Trung Quốc phục hồi Khổng Tử).

Người Pháp vào đánh đổ hệ thống giá trị cũ, phế bỏ quyền lực tuyệt đối của nhà vua, loại trừ giai cấp quan lại trung gian sĩ phu và thay thế vào đó bằng hệ thống giá trị mới, hệ thống giáo dục mới, thông qua chữ quốc ngữ. *Quốc Văn Giáo Khoa Thư* góp phần xây dựng hệ thống giá trị đó. Giáo dục Pháp không dạy học trò thành người công dân yêu nước, mà muốn tạo nên lớp người thừa hành, trung gian để cai trị lại dân mình, và trong chừng mực nào đó, lớp trung gian này, lớp tân trào, Tây học cũng hãnh diện đối với đa số đồng bào nghèo khổ, thất học của mình nữa.

Nhân đọc lại bài " Đi học để làm gì?" ta hiểu được âm mưu Pháp muốn loại bỏ chữ Hán, dùng chữ Quốc ngữ trong giáo dục nhằm tạo ra lớp tân học theo Tây, nên các sĩ phu yêu nước tẩy chay chữ quốc ngữ như cụ Nguyễn Đình Chiểu, Phan Văn Trị v.v.

Tác giả Quốc Văn Giáo Khoa Thư nói về mục đích của việc học như sau:

"Bác hỏi tôi đi học để làm gì. Tôi xin nói bác nghe. Tôi đi học để biết đọc những thư từ người ta gởi cho tôi và viết những thư từ tôi gởi cho người ta. Tôi đi học để biết đọc sách, đọc nhật báo, thấy điều gì hay thì bắt chước. Tôi đi học để biết tính toán, biết mọi sự vật và biết phép vệ sinh mà giữ gìn thân thể cho khỏe mạnh.

Nhưng tôi đi học cốt nhất là biết luân lý, để hiểu cách ăn ở thành người con hiếu thảo và người dân lương thiện".

Học trò đi học để biết viết thư và biết đọc thư.
(Hình minh họa từ Quốc Văn Giáo Khoa Thư -1935)

Bài *đi học để làm gì* làm tôi nhớ lại lúc nhỏ không ai nói cho tôi biết đi học để làm gì. Sau này khi đưa con vào trường ngày đầu, tôi cũng không dạy cho con tôi là tại sao phải đi học! Người ta chỉ nói học làm sao cho giỏi Toán, giỏi Văn, giỏi Sinh Ngữ, làm sao vào được đại học.

Vậy mà từ thế kỷ trước, mấy ông Quốc Văn Giáo Khoa Thư đã biết đưa vào lớp Sơ Đẳng dạy cho học trò biết mình đi học để làm gì. Chắc ít ai trong số học trò Quốc Văn Giáo Khoa Thư còn nhớ bài tập đọc "Đi học để làm gì?"

50 năm sau, đọc lại, ta thấy tác giả đã mô tả ích lợi của việc đi học ngày xưa, lòng cảm thấy bùi ngùi khi nhớ lại một chuỗi dài thời niên thiếu, nhớ về kỷ niệm thời học Quốc Văn Giáo Khoa Thư, nhớ kỷ niệm những lúc thi nhau lật sách Quốc Văn Giáo Khoa Thư xem ai có được nhiều hình nhất...

Toát yếu của bài "Đi học để làm gì", Quốc Văn Giáo Khoa Thư đã nêu lên câu:

Người không học, không biết lý lẽ.
(Nhân bất học, bất tri lý)

Thật chí lý. Người bất học luôn bất tri lý! Chữ Học và chữ Lý ở đây thật cao siêu, vượt ra ngoài cái Học và cái Lý bình thường ở nhà trường.

Viết tặng các bậc phụ huynh
nhân mùa khai trường năm 2004

Học trò hiếu học ban đêm nhúm lửa học bài.
(Hình minh họa từ Quốc Văn Giáo Khoa Thư -1935)

HỌC TRÒ BIẾT ƠN THẦY

Bài này kể chuyện ông quan Tây tên là Carnot xưa của nước Pháp, nhơn lúc rảnh về quê chơi. Khi ông đi ngang qua tràng học[6] ở làng, trông thấy ông thầy dạy mình lúc nhỏ, bây giờ tóc đã bạc phơ, đang ngồi trong lớp dạy học. Ông bèn ghé vào thăm...

Nhớ lại hồi nhỏ, tụi học trò tuổi chúng tôi hay nói chuyện về ông Carnot, nó thành phổ thông, đứa nào cũng biết. Nay nhắc lại, chúng tôi còn nhớ như in cái hình ông Carnot vẽ trong Sách Quốc Văn Giáo Khoa Thư: Hình ảnh ông quan Tây ăn mặc oai vệ, mang giày ống cao, cúi mọp chào thầy... đã một thời thôi thúc lòng tự hào của mình, sẽ làm ông Carnot. Tâm lý tuổi thơ lúc nhỏ pha trộn giữa ý thức muốn làm quan và tinh thần đạo lý Đông phương, tôn trọng thầy.

Tinh thần quý trọng thầy ở đâu cũng có. Tuy có lẽ ở Đông Phương, tinh thần ấy sâu đậm hơn, nói lên cái Đạo Lý Đông Phương. Trong kho tàng văn học và dân gian Việt Nam cũng như Tàu có nhiều gương học trò biết ơn thầy, có nhiều mẩu chuyện đẹp, cao quý hơn ông Carnot nhiều. Mấy ông Quốc Văn Giáo Khoa Thư đưa chuyện ông Carnot phải chăng nhằm ca ngợi "đại Pháp", trong khi vua quan ta thì xem họ là "Bạch Quỷ"!

---

6 Trường học, xưa đọc là tràng học.

Ông Carnot về quê chơi ghé vào chào Thầy xưa.
(Hình minh họa từ Quốc Văn Giáo Khoa Thư -1935)

Ở xứ mình xưa nay, đối với thầy, ta không chỉ biết ơn mà còn Kính nữa (chuyện này ở Tây Phương, Hoa Kỳ chỉ biết ơn là quá rồi). Gia đình, xã hội đều biết ơn và kính trọng ông thầy. Trong thứ bậc: Quân - Sư - Phụ, ông thầy chỉ xếp sau vua mà thôi. Mà ngay cả vua, nhiều ông cũng kính và biết ơn thầy nữa. Xin hãy nghe trong dân gian nói về thầy:

Mồng một nhà cha
Mồng hai nhà vợ
Mồng ba nhà Thầy.

Trong ba ngày trọng đại đầu năm, Tết, học trò dành ngày mùng Ba để đi viếng thầy.

Nhớ thuở nhỏ, lúc tôi học lớp ba trường làng, ngày Tết mẹ tôi chuẩn bị cho tôi một chục hột gà so[7], gói trà và hai đòn bánh Tét để biếu thầy. (Cuối năm lớp ba tôi thi vào Cours Moyen[8] ở tỉnh

---

7 Hột gà so là hột do gà mái đẻ lứa đầu tiên. Dân gian cho rằng hột gà so bổ hơn hột gà thường (sau lứa đẻ đầu tiên). Hột gà so rất hiếm.

8 Năm 1912 ông Phạm Quỳnh đề nghị dạy chương trình quốc ngữ cho bậc Sơ Cấp (lớp năm, bốn, ba) Tiểu Học. Sau khi học xong thi đậu Sơ Học yếu lược, lên lớp Nhì phải học 2 năm. Lớp Nhì I và lớp Nhì II mới đủ trình độ Pháp văn để thi lấy bằng cấp Tiểu Học.

Gò Công và đậu hạng tư nên có học bổng và nhờ vậy mà có điều kiện học tiếp).

Nhớ câu:
Muốn sang thì bắc cầu kiều
Muốn con hay chữ thì yêu lấy thầy.

Hoặc:
Trong bách nghệ, nghề thầy quý hơn cả

Tất cả đều nói lên tấm lòng quý mến thầy của người Việt mình.

Ở xứ Nam Kỳ thời Nguyễn Sơ, thế kỷ thứ 17, có ông Võ Trường Toản là ẩn sĩ, một bậc thầy đào tạo cho Gia Long nhiều danh thần như Trịnh Hoài Đức, Lê Quang Định, Ngô Nhân Tịnh... Ông mất năm 1792 được môn đệ chôn cất ở Hòa Hưng, Gia Định. Sau Pháp chiếm miền Đông (Biên Hòa, Gia Định, Định Tường), Tự Đức cho lịnh cải táng ông đem ông về chôn ở làng Bảo Thạnh, Ba Tri (Bến Tre) năm 1865. Như vậy rõ ràng vua Tự Đức cũng biết ơn và kính trọng thầy không thua ông Tử Cống bên Tàu.

Ta nghe ông Carnot nói với học trò sau khi vào lớp chào thầy:

"Ta bình sinh, nhất là ơn cha mẹ, sau ơn thầy ta đây, và nhờ có thầy chịu khó dạy bảo, ta mới làm nên sự nghiệp ngày nay".

Ông thầy của nước ta không chỉ dạy chữ mà còn dạy đạo lý, đức dục, để cho học trò thành người lương thiện.

Trong Văn và Lễ, trường học ngày xưa, Lễ vẫn nêu lên hàng đầu:

Tiên học lễ, hậu học văn

Đó là triết lý của nền giáo dục ta xưa và còn lưu mãi đến trước 30-4-1975.

Khi tôi vào trường Đại Học Sư Phạm thập niên 1960's, cái tinh thần "Tiên Học Lễ, Hậu Học Văn" vẫn bàng bạc trong chúng tôi. Tuy cung cách và sự kính trọng thể hiện khác ngày xưa, nhưng học trò ở thế hệ thầy như tôi vẫn một mực quý các ông thầy dầu còn trẻ tuổi như chúng tôi. Ngày Tết, nhà tôi đông chật học trò, tôi phải ở nhà suốt mồng ba để đón Xuân với các em. Ôi sao mà cao quí quá!

Không thầy đố mày làm nên

Câu cách ngôn nói lên hết cái vai trò của ông thầy nước mình.

Trở lại chuyện ông Carnot trong Quốc Văn Giáo Khoa Thư, chỉ nêu lên một mặt là biết ơn Thầy. Đó là quan niệm của Tây. Ở Mỹ ngay sự biết ơn thôi cũng phai nhợt trong cái nhìn của học trò, gia đình và xã hội Mỹ đối với ông Thầy. Quan niệm đó thể hiện trên cái tên như:

- Ty Học Chánh
- Sở Học Chánh

Thay vì như ta thì
- Ty giáo dục
- Sở giáo dục

Chuyện ông Carnot kể trong Quốc Văn Giáo Khoa Thư, đọc lại sau mấy mươi năm vẫn tưởng như mới hôm nào! Thắm thoát đã nửa thế kỷ.

Những người học trò thế hệ Quốc Văn Giáo Khoa Thư của chúng tôi lưu lạc ở đây không biết còn đủ tâm trí để nhớ về chuyện ngày xưa, tích cũ không? Dầu sao nhân ngày khai trường, nhắc lại chuyện ông Carnot, chuyện *"tiên học lễ hậu học văn"* cũng không phải là vô ích.

Viết nhân ngày khai trường 2004.

Học trò thời xưa.
(Hình minh họa từ Quốc Văn Giáo Khoa Thư -1935)

CHÍ LÀM TRAI

Nhớ hồi nhỏ, học Trung Học, chúng tôi được thầy giảng dạy nhiều về chí làm trai trong giờ Việt Văn. Lúc ấy tâm hồn chúng tôi cảm thấy phấn chấn, lạc quan, tự hào, và ai ai cũng hăm hở, muốn học hành thành đạt, để có cơ hội ra giúp nước.

Đối với học trò nhỏ, 8 tuổi, lớp nhì trường Sơ Cấp, Quốc Văn Giáo Khoa Thư đã đưa bài "Chí làm trai" dưới dạng ca dao, học thuộc lòng, để học trò tập đọc thì quả có ý nghĩa lắm:

"Làm trai quyết chí tu thân,
Công danh chớ vội, nợ nần chớ lo.
Khi nên trời giúp công cho,
Làm trai năm liệu bảy lo mới hào".

Lớn lên ta có thể quên hết những điều thầy giáo dạy về Triết, Sử, Đại Số, Hình học... nhưng những câu ca dao, bài học thuộc lòng thì không. Nó đã thấm vào tâm can của chúng ta, để trở thành cái gì thuộc về chúng ta rồi.

Lối học ngày xưa, khởi đầu dạy con người về "tu thân', về đạo lý, trước khi dạy về các phần chuyên môn khác. Cho nên mới nói:

Tiên học lễ, học hậu văn

Nay người ta gọi nền giáo dục đó đã tạo nên một "giá trị Đông Phương", khác hẳn "giá trị Tây Phương" mà hiện nay nhân loại đang chạy theo.

Người mình xưa học chữ Nho, học đạo Thánh hiền, lo tu thân trước khi nghĩ đến lập công danh, để sau này ra gánh vác việc nước. Dù học chữ Hán nhưng người mình luôn phải chống Tàu để giành độc lập, do đó vẫn nhớ ơn Khổng Tử. Như tổ tiên ta đã sớm lập ra nhà **Văn Miếu** ở kinh thành Thăng Long năm 1070, đời nhà Lý, bây giờ là Văn Miếu Hà Nội. Vậy ở miền Nam, đất mới khai phá, ta có văn miếu không?

Cổng Văn Miếu ở Thăng Long năm 1070, đời nhà Lý.
(Hình minh họa từ Quốc Văn Giáo Khoa Thư -1935)

Trở lại lịch sử hình thành đất phương Nam một chút: Năm 1698, Lê Thành Hầu Nguyễn Hữu Cảnh vâng lệnh chúa Nguyễn Phước Chu vào đặt nền hành chánh ở xứ Đàng Trong, lập ra Trấn Biên (Biên Hòa) và Phiên Trấn (Gia Định), xác lập chủ quyền Việt Nam ở nơi này.

Rồi 17 năm sau, Văn Miếu Trấn Biên được thành lập ở thôn Tân Lại, tổng Phước Vinh nay là phường Bửu Long, Biên Hòa (theo Đại Nam Nhất Thống Chí). Khác với Thăng Long, người Đồng Nai gọi Văn Miếu là Văn Thánh Miếu với ý nghĩa kính trọng, tôn vinh, người sáng lập đạo Nho là Khổng Tử.

Cũng theo "Đại Nam Nhất Thống Chí". Miếu Văn Thánh Trấn Biên được mô tả là: *nơi đây núi sông thanh tú, cây cỏ tốt tươi... Bên trong sườn cột chạm trổ tinh xảo, chuối và quả hồng xiêm đầy rẫy, sum xuê, quả sai lại lớn.*

Văn Thánh Trấn Biên một thời là cái nôi của văn hóa xứ Đồng Nai, sản sanh những nhà nho uyên bác, yêu quê hương, đó là: Võ Trường Toản, Trịnh Hoài Đức, Ngô Nhơn Tịnh, Lê Quang Định, Nguyễn Đình Chiểu, Phạm Đăng Hưng...

Khi Pháp chiếm Sàigon (1859), Biên Hòa (năm 1861), họ đốt phá Văn Thánh Trấn Biên, mà mãi sau này ta không còn thấy dấu tích nào nữa. Suốt những năm từ 1945-1975, không nghe ai nhắc tới, không ai nghĩ đến việc phục hồi lại Văn Thánh Miếu Trấn Biên!

Quốc Văn Giáo Khoa Thư viết tiếp 4 câu cuối bài ca dao học thuộc lòng:

*"Trời sanh trời chẳng phụ nào,
Phong vân gặp hội anh hào ra tay.
Trí khôn sắp để dạ này,
Có công mài sắt có ngày nên kim".*

Nay đọc đoạn này ta hiểu, phải chăng Quốc Văn Giáo Khoa Thư muốn nói về "Đạo Trời". Đạo Nho bao hàm "Đạo Người" và "Đạo Trời". Nói "Đạo Trời", nghĩa là lý lẽ của trời đất, tạo hóa, hay còn gọi là "Con Tạo".

Người xưa tin rằng con người biết tu thân thì ắt trời sẽ giúp, thế nào cũng có ngày gặp "hội phong vân". Nên ca dao mới có câu *"Phong vân gặp hội anh hào ra tay"* là vậy.

Tại sao lại nói "trí khôn sắp để dạ này"?

Ông bà mình xưa hay nói: *Bụng làm dạ chịu* hoặc dùng chữ "tối dạ" ám chỉ chậm hiểu, kém thông minh, và "sáng dạ" ám chỉ thông minh, mau hiểu... Trong dân gian cũng thường nói:

Lớn đầu thì dại
Lớn d... thì khôn

Như vậy người mình muốn nói trí khôn của con người ta chứa đựng ở phần dưới của thân thể – phần đan điền. Trong khi người Tây Phương thì cho rằng phần trên đầu con người là nơi chứa đựng sự khôn ngoan, trí não trên đầu nơi chứa đựng sự tinh hoa của con người! Hai lối nghĩ, hai cách ám chỉ giữa Đông và Tây luôn luôn đối nghịch nhau.

Nói "Chí làm trai", phải chăng người xưa coi nhẹ nữ lưu, anh thư? Không phải như vậy. Ngày xưa xã hội ta có sự phân công vai trò, nhiệm vụ nam nữ trong gia đình và ngoài xã hội. Nên người phụ nữ Việt Nam xưa nay vẫn được tôn trọng ở một vị trí khác. Chỗ này ta tự hào là dân mình đi trước các nước trên thế giới nhiều về sự coi trọng vai trò người phụ nữ.

Gần đây nghe nói Biên Hòa đã xây lại Văn Thánh Miếu Trấn Biên nhân kỷ niệm 300 năm thành lập Biên Hòa.

Hy vọng cái hậu của trời đất tụ về xứ Đồng Nai Gia Định. Xứ này khí hậu hiền hòa, dân tình chất phác, ruộng đất phì nhiêu, với sông dài biển rộng, quả là một *địa linh nhân kiệt mà trời đã dành cho Con Hồng Cháu Lạc.*

(Thái Văn Kiểm, Những Nét Đẹp Đan Thanh, 1957)

Rồi đây con cháu chúng ta hát hò nghêu ngao câu:

*Nhà Bè nước chảy chia hai
Ai về Gia Định, Đồng Nai thì về.*

Dầu về Gia Định hay Đồng Nai vẫn phải qua Ngã Ba Quốc Tế này để nhớ lại một thời tổ tiên ta đến đây lập nên một **Hòn Ngọc Viễn Đông - Saigon**.

Còn Văn Thánh Miếu Vĩnh Long hình thành lúc nào?

Nhớ lại, sau khi mất 3 tỉnh Miền Đông, Tự Đức đau đớn vì ở đó có mồ mả ông bà Phạm Đăng Hưng, là ông bà ngoại nhà vua. Tự Đức bị áp lực của Pháp, ra lệnh giải tán nghĩa quân Trương Công Định để đổi lại việc mồ mã ngoại tổ vua không bị phá hủy.

Đến năm 1864, Tự Đức ra lịnh cho Phan Thanh Giản xây dựng Văn Thánh Miếu Vĩnh Long và Trường Thi An Giang (Châu Đốc) thay thế Văn Thánh Trấn Biên, Trường Thi Gia Định đã bị Pháp phá hủy. Văn Thánh Vĩnh Long nằm trên đường Vĩnh Long đi Trà Vinh, hoàn tất năm 1867, nơi thờ Khổng Tử và 72 vị thánh hiền, sau này thờ thêm Phan Thanh Giản, Đốc Học Nguyễn Thông...

Con đường này trước năm 1975 mang tên Văn Thánh, cũng là nơi sản sanh ra nhiều hậu bối tài ba cho "xứ Vãng" và cho cả miền Nam.

Năm 1867, ngày 20-6 âm lịch Pháp chiếm Vĩnh Long, rồi ngày 5-7-1867 cụ Phan Thanh Giản tuẫn tiết.

Nhưng lần này Pháp không ra lịnh triệt phá Văn Thánh Miếu Vĩnh Long như trước đây họ làm ở Trấn Biên.

Sau khi Pháp chiếm Vĩnh Long, Văn Thánh Miếu được quản lý bởi người Minh Hương ở địa phương, đến đời Thành Thái (1889) thì giao lại cho làng Long Hồ quản lý. Văn Thánh Vĩnh Long như vậy được duy trì, tu bổ và hàng năm cúng tế hai lần vào tháng hai và tháng tám âm lịch.

Tóm lại, tới nay theo thứ tự thời gian, nước ta có 4 Văn Miếu là: Thăng Long, Trấn Biên (được xây lại), Huế và Vĩnh Long. Còn Trường Thi Gia Định và Trường Thi Châu Đốc thì nay không còn dấu vết gì để lại, rất đáng tiếc.

Bài "Chí làm trai" trong Quốc Văn Giáo Khoa Thư đã qua rồi gần một thế kỷ, nhưng nhắc lại cho thế hệ hôm nay vẫn không phải là không có cái hay.

Cái học và các khoa cử của thời xưa tuy có khác bây giờ, nhưng tựu chung cũng nhằm đào tạo nhân tài, trí thức cho đất nước. Con đường công danh hay tìm cơ hội thi thố chí làm trai đều phải qua ngõ "quan chức" cả.

Cái ưu điểm ngày xưa, Nho Học dạy con người nên rèn luyện đạo đức – tu thân là chánh; nhờ vậy mà đất nước mình luôn luôn không thiếu kẻ sĩ biết xả thân cho đại nghĩa.

Nói về chí làm trai, những ai từng đến trường trung học vào thập niên 50, 60 thế kỷ trước, hẳn phải nhớ ông Nguyễn Công Trứ, một nhà nho, một nhà văn, nhà thơ có chí lập thân. Ông là công thần hai triều Minh Mạng và Thiệu Trị, người Hà Tỉnh, cha là Nguyễn Công Tấn, chức Ngân Hầu thời Lê Mạt.

Khi Gia Long dẹp xong nhà Lê – Chúa Trịnh – Nhà Mạc ở Bắc Hà, vua du hành ra Bắc, thì Nguyễn Công Trứ tìm tới dâng bài điều trần "Thái Bình Tập Sách", được vua khen, nhưng vua không dùng!

Ông quyết chí học đậu Tú Tài (1813) rồi Giải Nguyên tại Hà Nội (1819) và được Minh Mạng thâu dụng. Ông lần lượt đảm nhận chức: Hành Tẩu Sử Quán (1820), Tri Huyện Hải Dương, Tham Hiệp Trấn Thanh Hóa...

Ông được nhiều lần cử đi dẹp giặc từ Bắc vào Nam. Có lần cùng Trương Minh Giảng trấn thủ Trấn Tây, rồi làm Tuần Vũ An Giang. Cái đặc biệt ở Nguyễn Công Trứ là thi ca của ông có hào khí, thúc giục con người ra gánh vác việc sơn hà, thi thố chí tang bồng, vượt lên trên lối thơ ca thường tình bấy giờ.

Đọc lại bài "Chí làm trai", ôn lại sự phát triển của nền văn học – văn hóa của tổ tiên, qua việc hình thành Văn Miếu từ Thăng Long đến Vĩnh Long, để thấy cái học ngày xưa của cha ông mình quả là đắc dụng.

Cụ Nguyễn Công Trứ là người có bản lãnh, vượt qua khỏi ranh chánh trị dòng họ – Nhà Lê/ nhà Nguyễn để phục vụ cho quê hương, để trả nợ áo cơm, thỏa chí làm trai...

Ngày nay nghĩ và làm được như cụ Nguyễn Công Trứ cũng không phải là dễ!

Xem ra bài học Quốc Văn Giáo Khoa Thư vẫn còn có giá trị là ở chỗ đó.

PHẢI GIỮ CHO TẤM LÒNG TRONG SẠCH

Quốc Văn Giáo Khoa Thư có bài học thuộc lòng bài ca dao: "Con cò mà đi ăn đêm":

"Con cò mà đi ăn đêm
Đậu phải cành mềm lộn cổ xuống ao.
Ông ơi ông vớt tôi nao!
Tôi có lòng nào, ông hãy xáo măng.
Có xáo thì xáo nước trong
Đừng xáo nước đục đau lòng cò con.

Bài học thuộc lòng, mà "thuở còn thơ", "hai buổi đến trường"... tuổi trẻ của học trò chúng tôi thường ê a, vì đây là bài ca dao, dễ thuộc, dễ nhớ. Năm mươi năm, nay đọc bài xem như mới ngày nào, đầu còn hớt tóc móng ngựa[9], mang cái cặp đệm[10] tung tăng đến trường làng, xa trên 5 cây số.

Tuổi của chúng tôi mà có được "ba chữ" bỏ trong bụng, đọc được truyện *Phạm Công Cúc Hoa, Thạch Sanh Chém Chằng*, hoặc viết được tờ đơn xin phép làng

---

9 Hớt tóc thật ngắn, gần như cạo trọc phía trước, cao dần về phía sau, nhìn giống như hình cái móng ngựa.
10 Cặp học trò xưa dùng đựng sách vở để ôm đi học, giống như cặp da ngày nay nhưng làm bằng cọng lác, cây lác ở miền Nam còn dùng đan đệm lót ngồi, và đan nốp ngủ.

cho đám giỗ[11] là quý hơn vàng.

Trong bộ Quốc Văn Giáo Khoa Thư, mỗi bài đều có một hình minh họa cho nội dung bài học. Hình trong Quốc Văn Giáo Khoa Thư vẽ đơn giản, chơn phương, in theo kiểu tranh khắc trên gỗ. (Nay thì kỹ thuật in đã qua thời kỳ Typo, chữ đúc bằng chì, đến thời in kỹ thuật offset hiện đại bốn màu).

Họa sĩ vẽ hình con cò đậu trên cành tre, cong mềm như sắp gãy với vẻ ủ rũ như sắp rớt xuống ao, mặt nước ao êm đềm cảnh đêm tối vào mùa thu thảm não. Hình ảnh và sáu câu thơ lục bát nhìn và đọc lại mới thấy thương cho thân phận con cò. Con cò trong mắt của người mình, theo dân giả, hay theo thi nhân là hình ảnh người mẹ Việt Nam. Thân cò lặn lội tiêu biểu hiện thân người mẹ quê, tần tảo một nắng hai sương vất vả đêm ngày để nuôi con... Hình ảnh người mẹ Việt Nam càng tuyệt diệu biết bao khi chúng ta đang sống ở Hải Ngoại. Quả thật bà mẹ Việt Nam của chúng ta tuyệt vời và nói như thế không có gì là cường điệu cả.

Con cò đi ăn đêm.
(Hình minh họa từ Quốc Văn Giáo Khoa Thư -1935)

---

11 Thời xưa ở trong làng muốn làm đám giỗ phải làm đơn xin phép.

Ta hãy đọc lời của tác giả trong *Quốc Văn Giáo Khoa Thư*, phần Đại ý sau đây:

"Bài này mượn chuyện con cò mà ngụ ý luân lý rất cao. Con cò sa xuống nước, người ta bắt được sắp đem làm thịt, mà nó vẫn xin nấu bằng nước trong, để cho chết cũng được trong sạch. Cũng như người ta nghèo khó đi làm ăn lỡ sa cơ thất thế, bị phải tai nạn, nhưng bao giờ cũng giữ lấy tấm lòng trong sạch, không làm gì ô uế".

Con cò, người mẹ luôn luôn sống vì đàn con và chết cũng vì đàn con:

*"Có xáo thì xáo nước trong,
Đừng xáo nước đục đau lòng cò con."*

Bài luân lý, ẩn dụ qua hình ảnh con cò, Quốc Văn Giáo Khoa Thư dạy cho học trò bài học có giá trị muôn đời.

Ở chúng ta, mỗi người một hoàn cảnh, một vị trí trong xã hội, mỗi người ai cũng có hình ảnh người mẹ mà mình trân quý: Mẹ của Thầy Tử Lộ, mẹ của vua Tự Đức, *Bà Mẹ Quê* trong nhạc phẩm của Phạm Duy, bà mẹ của Y Vân trong bài *Lòng Mẹ*, dù mẹ của bạn hay mẹ của tôi tất cả như nhau, nào có phân biệt mẹ vua, mẹ quan, mẹ giàu mẹ nghèo nào đâu?

Thuở nhỏ, cuối tháng, cuối tam cá nguyệt hay cuối năm tôi đem sổ học bạ hay sổ điểm, sổ danh dự về cho mẹ tôi ký, mẹ tôi ký quần quèo có lúc ký chữ thập. Mẹ tôi là như thế nhưng thương con vô bến bờ, lo cho con đến khi chết. Nhớ lại, sau này tôi đã thành danh, đi xe hơi có người lái, nhà ở có người hầu, nhưng tôi vẫn thích được mẹ tôi nấu cho tôi ăn, thích ngủ cạnh với mẹ mỗi khi về thăm quê!!

Người mẹ Việt Nam chúng ta ai ai và lúc nào cũng muốn "giữ tấm lòng trong sạch" và đó là bài học sống mà tôi ấp ủ, mang theo trên bước đường lưu lạc.

Nay thì mẹ tôi đã qua đời, ở tuổi 92, tuổi thượng thọ. Ngày lễ tang mẹ trên bàn thờ tôi trưng cặp đèn cầy đỏ để mừng cho mẹ đã thượng thọ. Tôi nói lời "mừng vĩnh biệt" trước lúc di quan, trước hàng trăm thân quyến bạn bè và gia đình mà nước mắt ràn rụa, nghẹn ngào...

Đọc lại bài *con cò mà đi ăn đêm* với ý nghĩa luân lý, lời dạy của mẹ: *phải giữ lấy tấm lòng cho trong sạch* như tưởng nhớ đến mẹ tôi và mẹ của những ai không may không còn mẹ.

Nhân mùa Vu Lan đọc lại Quốc Văn Giáo Khoa Thư, hình ảnh con cò gợi tôi nhớ mẹ biết dường nào. Mừng cho ai còn mẹ. Và xin chia sẻ nỗi đau những ai mất mẹ. Hãy vì mẹ mà mỗi người chúng ta phải giữ tấm lòng cho trong sạch.

Mùa Vu Lan nơi xứ người, 2004

CHỖ QUÊ HƯƠNG ĐẸP HƠN CẢ

Ngày xưa người mình sinh ra, ở đâu chỉ biết ở đó. Có người cả đời chưa biết tỉnh thành, phố chợ là gì! Ở xứ Nam Kỳ từ khi Tây vào thì hai hoặc ba làng mới có một cái chợ. Hồi còn nhỏ, được mẹ dẫn đi chợ là mừng húm; vì trẻ con được dắt đi chợ là cái gì "ghê lắm".

Hồi đó chưa có khái niệm "văn minh", "thành thị". Người dân ở ruộng rẫy, nông dân nói chung được Tây gọi là "nhà quê" có nghĩa là quê mùa, dốt nát, nghèo khổ, trong đó có ý khi thị!

Ở quê tôi, mỗi sáng sớm người ta hay gởi đi chợ, nghĩa là thấy người xóm giềng đi chợ thì nhờ mua đồ giùm mình. Có người lãnh đi chợ mua đồ giùm hai, ba người là thường. Đi chợ, ngoài mua đồ nấu ăn, mẹ tôi thường mua bánh về cho chị em tôi. Bánh là chỉ chung quà ăn vặt bán ở chợ như xôi, củ mì, củ lang, bánh bèo, bánh bò... và ít khi mua bánh ở tiệm Tàu như cốm, kẹo, bánh in... vì mắc tiền. Con nít nhà quê không có gì hạnh phúc cho bằng trông mẹ đi chợ về. Mẹ vừa về tới cổng thì con nít la ó lên: *"má về! má về!"* Ngày nay trong dân gian có câu nói *"trông như trông má đi chợ về"*, là như vậy đó.

Tuổi trẻ lớn lên, thế hệ chúng tôi chỉ sống với ruộng rẫy, sông rạch, ao làng, đình, chùa, cầu tre, cầu khỉ... và do vậy cảnh nhà quê để lại cho thế hệ chúng tôi nhiều ấn tượng sâu đậm, khó quên. Cái đó tôi cho là Chỗ Quê Hương.

Bạn sống ở vườn quanh năm bóng cây xanh mát, cam quít trĩu nặng trên cành. Khi lớn lên, lưu lạc đó đây, bôn ba vì cuộc sống, nhưng không làm sao bạn quên được Chỗ Quê Hương ấy của bạn. Có bạn sống ở đồng[12], lớn lên gần gũi với vườn cà, líp rau, líp cải hay nộc trầu. Có bạn quanh năm sống trên ghe, trên tam bản, xuôi ngược sông hồ; còn tôi lớn lên ở ruộng rẫy; sông nước 6 tháng ngọt, 6 tháng nước mặn, quen bắt còng, bắt cua, chăn vịt...

Mỗi người chúng ta có một Chỗ Quê Hương trong lòng. Đúng như bài hát *"quê hương mỗi người chỉ một"* là như vậy. Nhớ lại năm xưa, lên tỉnh học, cuối tuần mới được về nhà; đạp xe trên đường làng, qua hai ba khúc quẹo, nhìn xa xa, xóm nhà mình hiện ra... lòng rộn lên nỗi vui mừng khó tả!! Tình cảm ấy ngày càng sâu đậm hơn mãi khi sau này tôi lên Sài Gòn học hành và làm việc. Càng đi xa, càng bôn ba thăm viếng đó đây, thì càng thấy yêu thương Chỗ Quê Hương mình hơn.

Nay đọc lại Quốc Văn Giáo Khoa Thư, mới thấy thương cho các tác giả và thông cảm nỗi lòng yêu quê hương của quý ông. Bài tả câu chuyện "Người đi du lịch về nhà" xin trích ra đây:

"Một người đi du lịch đã nhiều nơi. Hôm về nhà, kẻ quen người thuộc, làng xóm, láng giềng đến chơi đông lắm. Một người bạn hỏi: Ông đi du sơn du thủy, thế tất

---

12 Đồng: là vùng đất khô, nước sông không lên tới, làm ruộng nhờ mùa nước mưa, trồng rau, cải vào mùa nắng tưới bằng nước ao, nước giếng.

đã trông thấy nhiều cảnh đẹp. Vậy ông cho ở đâu là thú hơn cả?"

Người du lịch đáp lại rằng: "Cảnh đẹp mắt tôi trông thấy đã nhiều, nhưng không đâu làm cho tôi cảm động, vui thú bằng lúc trở lại chốn quê hương, trông thấy cái hàng rào, cái tường đất cũ kỹ của nhà cha mẹ tôi. Từ cái bụi tre ở xó vườn, cho đến con đường khúc khuỷu trong làng, cái gì cũng gợi ra cho tôi những mối cảm tình chứa chan, kể không sao xiết được."

Tác giả chọn tựa cho bài trên là "Chỗ quê hương đẹp hơn cả". Bài tập đọc nói về "Người đi du lịch về nhà" thật đơn giản nhưng có ý nghĩa giáo dục sâu sắc, đọc ai cũng hiểu và đúng với tình cảm của mọi chúng ta.

Trên năm mươi năm, đọc lại Quốc Văn Giáo Khoa Thư trong tâm cảnh làm người ly hương, thì thật vô cùng cảm động, và thấm thía biết chừng nào với câu "chỗ quê hương đẹp hơn cả." Chỗ quê hương trong mỗi chúng ta rất nhỏ bé, đơn sơ, không cần ai tô vẽ, bảo ta thương, bảo ta nhớ, nhưng sao nó mãi mãi chiếm trong tim ta một chỗ to lớn và mãi mãi bắt ta phải nhớ, phải thương.

Người đi du lịch về nhà.
(Hình minh họa từ Quốc Văn Giáo Khoa Thư -1935)

Phải chăng chính Chỗ Quê Hương đã nuôi lớn và giúp chúng ta sống mãi trong cung cách là người Việt Nam? Nên dầu ở đâu, tôi vẫn thấy quê hương Việt Nam của tôi là đẹp hơn cả.

Gia đình Việt Nam mình thường đông người: gồm ông bà cha mẹ và con cái. Ba thế hệ sống chung dưới mái nhà là một hình ảnh khó quên trong lòng mỗi người Việt chúng ta, nhứt là người xa xứ!

Ngày nay, ngay trong nước, cái cảnh gia đình sum họp vào bữa cơm chiều, vào buổi tối cũng hiếm lắm rồi! Nay nhắc lại cái sanh hoạt này, những người trẻ rất lấy làm lạ và xem như chuyện cổ tích, còn người lớn thì lấy làm nuối tiếc...

Trong Quốc Văn Giáo Khoa Thư lớp Dự Bị, các tác giả nói về buổi "Tối ở nhà" như sau:

"Cơm nước xong, trời vừa tối. Ngọn đèn treo lơ lửng ở giữa nhà. Cha ngồi đọc nhật báo. Anh đang ngồi cúi xem sách hay làm bài. Mẹ và chị kim chỉ vá may. Ở bên cạnh hai đứa em nhỏ đang nghe bà kể chuyện cổ tích, thỉnh thoảng lại khúc khích cười với nhau rất vui vẻ".

Bữa cơm chiều của người Việt xưa nay là bữa cơm chánh, trước khi nghỉ ngơi một chút rồi đi ngủ để ngày mai còn làm việc sớm.

Có ba bữa ăn trong ngày. Bữa ăn sáng gọi là bữa ăn lót dạ, lót lòng, vì bữa ăn nhẹ. Ngày nay gọi là điểm tâm, ăn sáng, breakfast. Thực ra ngày xưa, người mình ăn sáng thường là ăn cơm, ăn no để ra đồng làm lụng. Tuy nhiên bữa ăn này đơn giản. Ở Mỹ họ kêu là breakfast, cũng do ý nói là ăn nhanh, gọn.

Bữa cơm trưa thường ăn ở ngoài đồng ruộng, nơi làm việc. Ăn nhiều hơn buổi sáng, nhưng cũng đơn giản chỉ gồm một món mặn với cơm. Tất cả gói trong lá chuối hay mo cau, thường ăn bóc, hoặc bẻ cành cây làm đũa. Người ở nhà, bữa trưa ăn cũng đơn sơ mặc dầu có chén đũa.

Bữa cơm chánh là bữa cơm chiều (cơm tối). Mọi người tề tựu về. Bà hoặc mẹ chuẩn bị bữa cơm đầy đủ, nhiều món, có chất lượng hơn, có canh, có rau, món mặn...

Bữa cơm người mình xưa nay gồm có những gì?

Trước hết là cơm. Nói ăn cơm có nghĩa là bào hàm nhiều món cơ bản như:

- Món mặn làm từ cá, tôm, khô, mắm...

- Món canh là món lỏng, có nhiều nước, pha chế từ tôm, cá... với rau. Thường dân Lục Tỉnh ưa chuộng canh rau và canh chua, ăn cho mát bụng dễ ngủ.

- Món rau sống là món ăn độn, rất được người Nam ưa thích, dễ tìm ở đâu cũng có. Đó là dưa leo, dưa gang, cải và nhứt là rau tập tàn. Rau có thể luộc hoặc ăn sống.

Bữa cơm chánh là bữa cơm chiều (cơm tối).

Bữa cơm người mình rất phong phú, bổ dưỡng. Đặc biệt món canh (soup). Người Việt ăn cơm chan với canh trong bữa, Tàu ăn cơm xong mới ăn canh (hoặc cháo). Tây Mỹ thì ăn canh (soup) trước khi vào bữa chánh.

Sau khi cơm nước xong, gia đình tập hợp xung quanh ngọn đèn để sanh hoạt.

Ngọn đèn dầu treo hay để trên bàn, trên bộ ván đều là đèn dầu hôi, trước kia nữa là dầu mù u, dầu dừa. Cái đèn treo thuở xưa thường mua bên Tàu, do mấy người đi buôn ghe bầu chở từ bên Tàu về bán.

Báo chí bấy giờ chỉ có Saigon và Hà Nội cùng các tỉnh lớn, còn ở nhà quê thường đọc là truyện Lục Vân Tiên, truyện Thạch Sanh Lý Thông, truyện Lâm Sanh Xuân Nương, truyện Phạm Công Cúc Hoa và truyện Tàu...

Nói về "Kim chỉ vá may" xin trở lại việc ăn mặc may vá ngày trước. Người phụ nữ ngoài việc cơm nước còn phải biết may vá nữa. Cho nên thuở đó con gái trước khi về nhà chồng, mẹ sắm cho "cái rổ may" gồm: kim, chỉ, kéo, vạch... Cái rổ may làm bằng tre, đan "long mốt" giống như cái rá cơm, nhưng nhỏ hơn. Có người còn làm nắp và làm chân cho rổ may, xem rất đẹp và tỏ ra trân quý lắm.

Dây thun sau này mới có, hồi xưa quần cột bằng dây vải, quần tiểu bận đi làm thì cột bằng dây lạc dừa cho chắc.

Cái áo dài thuở đó dùng nút thắt bằng vải, sau này xài nút bóp rất tiện. Áo cánh phụ nữ gọi là áo túi, có hai túi, mặc bên trong. Áo bà ba rất thông dụng, xài nút ốc, về sau thì xài nút mủ có bốn lỗ hoặc hai lỗ. Còn khuy thì lúc khoét xuôi (như áo bà ba, áo sơ mi), lúc khoét ngang. Áo đàn ông con trai thì nút đơm kết bên mặt, đàn bà con gái thì ngược lại, kết bên trái. Hỏi mấy bà, mấy cô tại sao? Xin trả lời giùm.

Hồi nhỏ ai cũng thích nghe bà kể chuyện cổ tích hay thần thoại, truyền kỳ nhưng nay đã già rồi, nhắc lại vẫn còn đẹp làm sao!

Ngày nay, cái cảnh "gia đình sum vầy buổi tối" rất hiếm và nhứt là nơi xứ người. Mọi người trong nhà tối trố mắt vào cái TV xem phim Tàu, coi cải lương. Lớn lên một chút, con cái thường chui vào phòng riêng. Cuộc sống bận rộn, nhiều người phải đi làm ban đêm, đi học tối... Ai nấy có chìa khóa riêng, mạnh ai nấy đi nấy về, sống riêng tư mặc dầu cùng một mái nhà!!

Đọc lại Quốc Văn Giáo Khoa Thư, bài "Tối ở nhà" khiến ta nhớ lại cái khung cảnh xã hội và gia đình người mình thời đầu thế kỷ 20. Thuở ấy, buổi giao thời, cái cảnh gia đình vẫn còn, như hai câu thơ lục bát như sau:

Trai thì đọc sách ngâm thơ
Gái thì khung cửi, vá may, thêu thùa.

Cùng với "vá may thêu thùa", người phụ nữ Việt Nam còn đảm nhận việc cơm nước cho gia đình.

Với vai trò người mẹ, người vợ, phụ nữ Việt đã qua năm tháng, đưa tâm hồn mình vào việc nấu nướng, pha chế, sáng tạo; bằng tấm lòng và tình thương chồng con, với sự thông minh họ đã sáng tạo cho món ăn thêm mới lạ, hợp với thời đại, vừa miệng gia đình.

Khi đất nước mở về phương Nam, người phụ nữ đã tạo ra những "món ăn miền Nam" để cho hợp với sinh hoạt và đặc sản địa phương.

Gái thì khung cửi, vá may, thêu thùa.
(Hình minh họa từ Quốc Văn Giáo Khoa Thư -1935)

Bây giờ, việc ăn uống của ta được nâng lên thành văn hóa dân tộc, nên mới gọi là văn hóa ẩm thực. Người phụ nữ Việt Nam đã tạo cho ẩm thực thành văn hóa đặc thù Việt, khác Tàu, khác Tây dù ta chịu ảnh hưởng Tàu, Tây rất lâu.

Khi nói:

Ăn coi nồi, ngồi coi hướng

hay

Tiếng chào cao hơn mâm cỗ

ta thấy phảng phất nét văn hóa ẩm thực do người phụ nữ tạo nên.

Ngày nay trong những người Việt ở nước ngoài, phân nửa là phụ nữ, và chính họ là tác giả của văn hóa Việt trên xứ người qua ẩm thực. Kết luận bài "Tối ở nhà", Quốc Văn Giáo Khoa Thư viết:

"Ban ngày đi làm khó nhọc, tối đến cả nhà đông đủ, sum họp như vậy, tưởng không có cảnh nào vui hơn nữa..."

Đúng vậy, ngoài bữa cơm tối, buổi "tối ở nhà" là nét đẹp văn hóa của người Việt, dầu sinh sống ở đâu chăng nữa.

Buổi tối ở nhà không chỉ là sinh hoạt của các thành phần trong nhà, mà là buổi đoàn tụ của gia đình sau một ngày bung ra kiếm sống... Nếu không được mỗi đêm thì ít ra mỗi tuần lễ một lần, nên duy trì cái nếp "tối ở nhà", sau cơm tối như ngày xưa.

Bữa cơm tối xong, gia đình tập họp dưới đèn sanh hoạt.
(Hình minh họa từ Quốc Văn Giáo Khoa Thư -1935)

Trách nhiệm đặt nặng trên vai người phụ nữ. Ngay từ tuổi còn con gái, đến khi làm vợ, làm mẹ rồi làm bà, chỉ có người phụ nữ mới có khả năng đó. Thế mới gọi đó là 'thiên chức".

Cái "thiên chức" của người phụ nữ ngày xưa, nay vẫn còn duy trì. Dầu quí bà là vợ của một người dân bình thường, vợ ông hoàng; sống ở giữa làng quê hay cung cấm vẫn không khác nhau về cái thiên chức đó.

Những đức tính quý báu của người phụ nữ Việt Nam như: Công-Dung-Ngôn-Hạnh vượt ra khỏi khuôn khổ "Tứ Đức", không còn có tánh ràng buộc hay khắt khe của chế độ phong kiến, mà nó thuộc về bản chất của người phụ nữ Việt Nam. Công, Dung, Ngôn, Hạnh vì là bản chất của người phụ nữ Việt, khiến cho mọi bà mẹ tự nguyện truyền dạy cho con cháu như đó là sứ mạng vậy.

Trong lịch sử cận đại Việt Nam, có bà Nam Phương hoàng hậu vợ vua Bảo Đại. Bà xứng đáng là phụ nữ Việt, tiếp nối bà Từ Dũ, làm rạng rỡ và vẻ vang nữ giới, mà còn biết lo cho gia đình.

Xin trích một đoạn thông điệp của bà Nam Phương gởi thế giới, tố cáo Pháp trở lại Việt Nam sau khi Bảo Đại thoái vị, mà ít khi nghe ai nhắc tới:

"Nước Việt Nam giải thoát khỏi ách nô lệ của đế quốc Pháp và Nhật Bản.

Khi thoái vị, chồng tôi, cựu hoàng Bảo Đại đã tuyên bố "thà làm dân của một nước độc lập còn hơn làm vua một nước nô lệ". Bản thân tôi cũng đã từ bỏ không thương tiếc những đặc quyền của một bà hoàng hậu, sát cánh cùng chị em phụ nữ để giúp giữ gìn độc lập thiêng liêng của nước nhà. Trong giờ phút này, máu đang chảy trên đất Miền Nam, cái nôi của thời thơ ấu của tôi. Biết bao sinh linh đã bị thiêu đốt bởi lòng tham đầy tội ác của một số thực dân Pháp được hậu thuẫn bởi một số quân Anh, hành động đi ngược lại với những huấn thị của đồng minh. Tôi kêu gọi tất cả những ai đã đau khổ vì những tội ác gây nên bởi cuộc đại chiến mới (tức đại chiến thế giới lần thứ II, 1939-1945) hãy hành động chấm dứt sự hung bạo không có tên gọi đang hoành hành trên đất nước tôi.

Nhân danh 13 triệu phụ nữ Việt Nam, tôi thỉnh cầu tất cả những thân hữu của tôi, bạn bè của đất nước Việt Nam, hãy lên tiếng để đòi lấy tự do và cái quyền mà mọi người khao khát có được để giữ cho nền văn minh có giá trị riêng của nó, cho giới trẻ trên thế giới không còn nghi ngờ gì nữa về chủ nghĩa lý tưởng mà họ đã được học.

Đòi hỏi các chính phủ của quý vị can thiệp nhằm thiết lập một nền hòa bình chân chính, công minh là quý vị đã tuân theo cái trách nhiệm khẩn cấp của con người và đón nhận lòng biết ơn của đồng bào chúng tôi».

Bà Vĩnh Thụy
Cựu Hoàng Hậu Nam Phương

(Trích từ *"Kiến Thức Ngày Nay"* dịch trong cuốn sách HCM-Abd-EL-Krim et Cie tác giả là Renaud do Guy Boussac, xuất bản năm 1949 tại Paris Pháp).

Nói tóm lại, người phụ nữ Việt Nam xưa nay luôn đóng vai trò quan trọng trong việc góp phần bảo vệ và xây dựng đất nước trong đó có xây dựng văn hóa.

Bằng tình thương và đức tính kiên trì, người phụ nữ là yếu tố quyết định trong việc vun bồi cho đời sống gia đình, đúng như tinh thần bài học trong Luân Lý Giáo Khoa Thư: "Tối ở nhà".

BỮA CƠM NGON

Người Việt mình xưa nay vốn coi trọng bữa cơm, nhứt là bữa cơm gia đình. Thường bữa cơm chiều thì mọi người tề tựu đầy đủ nên là bữa cơm chánh.

Tục lệ khi ăn cơm không được gây gổ, cãi vã. Anh chị, cha mẹ không được mắng chửi, đánh nhau trong bữa cơm.

Trời đánh tránh bữa ăn[13]

Câu tục ngữ nói lên tinh thần tôn trọng bữa ăn gia đình lắm.

Quốc Văn Giáo Khoa Thư tả một bữa cơm:

"Cậu Tí đi học về một chốc, thì cha ở ngoài đồng cũng vác cày, dắt trâu về đến nhà".

Đây là bữa cơm chiều gia đình. Có cha đi làm ruộng với con trâu cái cày. Con đi học. Mẹ ở nhà lo việc nhà. Cảnh tiêu biểu cho gia đình nông dân Việt Nam xưa.

Người Việt mình xưa ăn cơm ngày 3 bữa. Sáng ăn cơm để đi làm, trưa là bữa ăn thường không đầy đủ người, cơm chiều là bữa cơm chánh vì gồm đủ mặt mọi người.

---

[13] Sét đánh, được người mình gọi là Trời đánh, thường xảy ra vào đầu mùa mưa ở nông thôn. Dân gian đồn rằng ăn cơm không hề có "bị Trời đánh" (?)

Nay, nếu có dịp quay về thăm quê, cảnh bữa cơm chiều trong gia đình nông dân đã khác rồi. Thời nay ở nông thôn, chắc không ai ăn cơm sáng, và ngày còn lại hai bữa cơm thôi. Còn ở thành phố, ngày còn một bữa cơm. Quả một thay đổi lớn trong nếp sống con người.

Tác giả Quốc Văn Giáo Khoa Thư viết tiếp:

"Cơm đã chín. Mẹ và chị dọn ra để trên giường. Cả nhà ngồi ăn. Cơm đỏ, canh rau, chẳng có gì là cao lương mỹ vị. Nhưng cơm sốt, bát sạch, canh nóng, đũa sạch sẽ, cả nhà ăn uống ngon miệng no nê".

Ở miền Lục Tỉnh gia đình ăn cơm trên bộ ván, có nơi kêu là "bộ phản" hay "bộ ngựa". Đồ ăn dọn trên cái mâm thau, sau này mâm bằng nhôm. Thuở xưa thì cái mâm bằng gỗ rất đẹp, có khắc tiện rất công phu.

Hồi còn nhỏ được cha mẹ phân công dọn chén ăn cơm. Mỗi lần như vậy phải đếm người trong nhà để khỏi phải cái cảnh "ăn cơm thiếu chén"[14]

Trong Nam ít thấy ai ăn cơm gạo đỏ, tệ lắm là gạo trắng, có tiền thì ăn gạo thơm. Bữa cơm lúc nào cũng có cá, tôm, rau quả... là thứ cây nhà lá vườn sung túc.

Người Việt mình ăn cơm rất nhiều, có người ăn năm bảy chén loại lớn; bởi do đời sống dân mình nghèo[15]. Mãi rồi người Việt "ghiền" cơm, qua Mỹ ăn cái gì cũng nhớ cơm.

---

14 Do câu tục ngữ: "Ăn cơm thiếu chén - Giã gạo dư chày". Mượn câu "ăn cơm thiếu chén" ở đây tác giả chỉ muốn nhắc lại kỷ niệm hồi nhỏ dọn cơm luôn bị thiếu chén, thiếu đũa vì chưa biết đếm số.
15 Bữa cơm nhà quê xưa thiếu thịt, mỡ, đường, nên dễ bị mau đói bụng, bù lại phải ăn nhiều cơm là vậy.

Ngồi trên bộ ván ăn cơm, đàn ông thường ngồi "xếp bằng", đàn bà con gái ngồi kiểu "một chân xếp, một chân chống". Có người quen ngồi chồm hổm coi rất xấu, qua Mỹ thấy vẫn còn!

Cái mâm còn dùng để trưng trái cây, xây trầu ngày cưới hoặc đơm xôi, đội trên đầu ra đình ngày cúng lễ Kỳ Yên, gần gũi với mọi gia đình.

Đàn bà con gái mặt tròn xoe, mặt bự bị chê là "đồ mặt mâm", nhưng mặt mâm còn đỡ hơn "mặt má miếng bầu" là mặt "dòm lâu thấy ghét". Hỏi mấy bà mấy cô có biết mặt thế nào là mặt má miếng bầu?[16]

Đôi đũa Việt Nam thường làm bằng tre, do làm nhiều đợt nhiều lần, nên so không đều nhau. Dọn cơm phải nhớ so đũa. Đũa nay đã sản xuất công nghiệp nên bằng đều nhau. Người quê đặt tên cho loại cây bông trắng dùng nấu canh chua cá kèo là cây so đũa, có trái đậu dài rũ xuống lòng thòng song đôi nhau giống như ta "so đũa".

Kết luận bài "Bữa cơm ngon", Quốc Văn Giáo Khoa Thư viết:

"Nhất là cha mẹ, con cái, trên thuận dưới hòa, một nhà đoàn tụ sum họp với nhau, thì dầu cơm rau cũng có vị lắm".

Đúng là "Bữa cơm ngon" phải là bữa cơm đoàn tụ, trên thuận dưới hòa.

---

16 Xin lỗi mấy cô mấy bà, tác giả cũng không hiểu tại sao lại có câu "mặt má miếng bầu nhìn lâu thấy ghét". Bầu ở đây là loại bầu xưa trên cuống nhỏ, xuống đít to ra. Bầu trái to nên ở chợ thường xẻ miếng bán thay vì bán nguyên trái.

Luận về ăn, người ta cho rằng ăn ngon không phải là do thức ăn ngon, mà là do cái không khí bữa ăn, những người cùng mâm, cùng bàn với ta... hòa thuận...

Người Việt có cái chén nước mắm, loại nước chấm mà cả nhà chấm chung, dùng chung. Chấm chung chén nước mắm là lối sống của người Việt, thể hiện tinh thần "san sẻ", "chung lòng" trong nhà. Có người bảo nên bỏ đi vì mất vệ sinh![17]

Quanh bữa cơm người Việt có nhiều câu tục ngữ, ca dao truyền lại rất ý nghĩa, thâm thúy, như:

- *Ăn coi nồi, ngồi coi hướng*
- *No mất ngon, giận mất khôn*
- *Ăn cùng mâm, nằm cùng chiếu*

Qua bữa cơm, nhìn mâm cơm ta thấy được nếp sống của tổ tiên từ xưa được duy trì phát huy đến nay trở thành "nếp Việt" rất độc đáo, cần duy trì.

Bước vào nhà ai, nhìn vào bữa cơm là ta hiểu được nếp sống của gia đình ấy có sum vầy, hạnh phúc hay không?

Bữa "cơm gia đình" là nếp sống đẹp của người mình, nó không chỉ đơn thuần là bữa ăn, mà nó biểu thị cho một lối sống dựa trên nền tảng gia đình, gia tộc. Do vậy nên tác giả mới đưa vào dạy cho học trò ngày xưa.

Ở Hoa Kỳ có người có nhà cửa nhưng không coi trọng "bữa cơm gia đình". Tiếc thay!

---

17 Nhà văn Vũ Hạnh có viết quyển *Người Việt Cao Quý* hồi thập niên 1970's, ca ngợi chén nước mắm trong bữa ăn của người Việt một cách quá đáng. Nay biết ông viết theo nhu cầu chánh trị bấy giờ, và để tránh kiểm duyệt nên ông ghi là dịch lại của A. Pazzi, nhà văn Ý.

BÀ RU CHÁU

"Trưa mùa hè, trời nắng chang chang, gió im phăng phắc. Trong nhà, ngoài ngõ, vắng vẻ, tĩnh mịch. Ở một chái bên, bà ôm cháu vào lòng. Hai bà cháu nằm trên cái võng, đưa đi đưa lại, tiếng kêu kẽo cà, kẽo kẹt, theo một điệu".

Mở đầu bài: "Bà ru cháu" tác giả tả cảnh trưa hè ở quê nhà ngày xưa, một cảnh êm đềm và gợi nhớ làm sao! Đọc lại cái cảnh trưa hè ở quê chắc làm nhiều người trong chúng ta bồi hồi nhớ lại cái thời thơ ấu, đặc biệt đối với ai đã từng sống trong hoàn cảnh ấy thời còn bé nhỏ.

Trưa hè, nắng chang chang, ngoài đường không một ngọn gió, cây cối đứng im, ngoài ngõ không một bóng người, cái cảnh thật quen thuộc.

Hồi đó ở nhà quê, trước nhà, người ta thường để một lu nước, cho người qua đường giải khát vào mùa nắng. Lỡ đường khách dừng chân, uống một gáo nước mưa, thì không gì đã cho bằng.

Hình ảnh cái lu nước, đậy nắp cẩn thận, bên cạnh có máng cái gáo dừa nhỏ, có cán, đặc chế để uống nước ở nhà quê nay ít còn thấy nữa! Không biết ai có sáng kiến đó, mà ở làng quê Lục Tỉnh đâu đâu cũng có để lu hay khạp nước trước nhà, kiểu cách bố trí giống nhau.

Cái lu nước trước sân nhà, có máng cái gáo dừa có cán.
(Hình minh họa từ Quốc Văn Giáo Khoa Thư -1935)

Còn cái võng, có thể nói rằng là vật dụng mà người Việt mình nhà nào cũng có. Không biết nó phát sanh hồi nào, mà cái võng gắn liền với đời sống chúng ta như là cái gì "cao quý" vượt ra khỏi chức năng của nó là dùng để nằm nghỉ lưng.

Chiếc võng gắn liền với tuổi thơ, người già, đàn ông, đàn bà và nhứt là các cô gái quê. Cái cảm giác nằm trong võng, đong đưa, đọc sách, ngâm thơ, ru em... quả là kỳ diệu và không một ai không ưa, không thích.

Ngày xưa, vua quan ta cũng ưa võng: Vua thì nằm võng đào, quan thì nằm võng có cáng được người khiêng, học trò đỗ đạt thì *"võng anh đi trước, võng nàng theo sau..."* Đi trước mở đường cho cái "võng anh" hoặc "võng nàng" và nhứt là "võng quan phủ" thì có cả đoàn tùy tùng, hò hét cho dân tránh ra. Lính đó trong Nam gọi là lính "nạt đường".

Võng cũng xông pha theo quân Tây Sơn đánh giặc, tải thương, hoặc đưa người bệnh đi tìm thầy thuốc...

Võng được cột vào hai cột nhà, dưới võng thường được lót manh chiếu, miếng đệm rách để tránh "hơi thổ" xông lên làm ảnh hưởng sức khỏe người trên võng.

Có người còn treo võng ngay trên giường ngủ của gia đình, hoặc treo trên bộ ván cho tiện.

Nói qua về vật liệu làm võng ở quê miền Nam ngày xưa.

Thuở xưa đan võng bằng lác là loại võng bình dân, khá hơn là võng làm bằng cọng u du xài bền, và tốt nhất là võng bằng dây bố, vừa chắc vừa không có rệp.

Đầu võng được làm tóm lại, có lỗ để xỏ khúc tre gọi là "con găng", con găng máng vào dây, quấn ở cột nhà gọi là giăng võng, ở Bắc gọi là mắc võng.

Khi đưa võng, tiếng dây cọ xát vào cột nhà phát ra tiếng kêu quen thuộc "kẽo kè, kẽo kẹt". Sau này dùng võng nylon, nằm rất nóng, đong đưa không có tiếng kêu, làm mất cái thú nằm võng!

Người xưa mua võng hay đếm coi võng đan có bao nhiêu tau (mấy sợi võng), để tránh con số kỵ, để dễ nuôi con, nuôi cháu.

Mùa hè nóng nực, trong Nam thường giăng võng ngoài vườn, dưới bóng cây, ngủ một giấc thì tuyệt không gì bằng.

Quốc Văn Giáo Khoa Thư tả hai bà cháu nằm võng ở bên cái chái nhà, vừa mát vừa nhìn được cảnh vật bên ngoài, rất phổ biến ở nơi thôn quê.

Cái nhà xưa ở Lục Tỉnh đa phần là nhà lá, cất theo hình chữ Đinh; nhà trên liền nhà dưới. Nhà nào cũng có hiên trước, hiên sau thậm chí hiên hai bên tả-hữu; có công dụng che mưa nắng không tạt vào nhà, và mái hiên hai bên cũng dùng để chứa nông cụ, dụng cụ gia đình như lu, khạp, cối xay, cối giã gạo, cối xay bột, đồ cày bừa...

Quốc Văn Giáo Khoa Thư viết tiếp theo:

"Bà cất tiếng hát, bà ru:
Cái ngủ mầy ngủ cho lâu,
Mẹ mầy đi cấy ruộng sâu chưa về.

Cháu nghe êm tai, ra chừng thiu thiu ngủ, mà bà cũng ra dáng lim dim hai con mắt...

Ừ, cái ngủ mầy ngủ cho say,
Mẹ mầy vất vả chân tay tối ngày".

Không ai dạy ai, thế mà các bà mẹ Việt mình xưa ai cũng thuộc rất nhiều bài hát ru con. Các bà mẹ hát theo tiếng "kẽo kẹt" chiếc võng, hết câu này tới câu khác, có vần có điệu lên xuống như là nghệ nhân.

Hai bà cháu nằm đưa võng giăng ở bên chái nhà.
(Hình minh họa từ Quốc Văn Giáo Khoa Thư -1935)

Trẻ con hồi bé đã có bộ nhớ trong đầu nên bắt được tiếng hát, tiếng nói của người lớn, khi nghe tiếng ru thì im lặng, lim dim, nhắm mắt, thả hồn dần vào giấc ngủ.

Ở Mỹ, nay thấy các bà mẹ trẻ ru con bằng tiếng nhạc, loại nhạc nhẹ, phát ra từ cái cassette để trên đầu giường các đứa bé.

Xin nhắc lại mấy câu hát ru con xứ Đồng Nai - Sài Gòn - Lục Tỉnh ngày xưa:

- *Nhà Bè nước chảy chia hai,*
Ai về Gia Định, Đồng Nai thì về.
Tới đây xứ sở lạ lùng,
Con chim kêu cũng sợ, con cá vẫy vùng phải kinh.

- *Ghe anh đỏ mũi, trắng lườn,*
Ở trên Gia Định xuống vườn thăm em.

- *Gió đưa, gió đẩy về rẫy ăn còng,*
Về sông ăn cá, về giồng ăn dưa.

- *Ví dầu cầu ván đóng đinh,*
Cầu tre lắc lẻo, gập ghình khó đi.

- *Đố anh con rít mấy chân,*
Cầu Ô (tàu u) mấy nhịp, chợ Dinh mấy người.
Chợ Dinh bán áo con trai,
Chợ Trong bán chỉ, chợ Ngoài bán kim (tơ).

- *Bìm bịp kêu nước lớn anh ơi,*
Buôn bán không lời, chèo chống mỏi mê.

- Đèn treo cột đáy
Nước chảy đèn rung.
Anh thương em thắm thiết vô cùng,
Biết cha với mẹ bằng lòng hay không?

- Mẹ mong gả thiếp về vườn
Ăn bông bí luộc, dưa hường nấu canh!

- Lập vườn thì phải khai mương
Làm trai hai vợ phải thương cho đồng.
Anh đi chở gạo Gò Công
Về vàm Bao Ngược gió giông đứt buồm!

Những câu hát ru em miền Nam thường theo thơ lục bát, cũng có lúc biến thể như điệu hò đối đáp Lục Tỉnh.

Ngoài nội dung nói lên tình trai gái lứa đôi; hát ru còn nói lên nỗi cơ cực của người dân và nhứt là thân phận phụ nữ bấy giờ.

Người phụ nữ, các bà mẹ Việt Nam ngoài việc sanh con nối dòng cho chồng, còn phải lo mọi việc cơm nước, và may vá cho gia đình.

Việc đồng áng cũng có mặt người phụ nữ nữa. Họ làm một số công việc nhẹ hơn đàn ông; nào là làm cỏ, cấy lúa, gặt lúa bên cạnh người đàn ông, một nắng hai sương. Cái cảnh người phụ nữ cấy lúa, gặt lúa ngoài đồng luôn là hình ảnh thường được thấy mô tả trong sách, trong truyện, trong tranh.

Ở Lục Tỉnh, trừ vùng ngập nước Đồng Tháp, các nơi khác, ở đâu cũng dùng kỹ thuật cấy. Trong Nam không ai gọi là thợ cấy mà kêu là công cấy, công mạ, công cày...

Người phụ nữ làm "công cấy" ngoài đồng.
(Hình minh họa từ Quốc Văn Giáo Khoa Thư -1935)

Cấy là giai đoạn đưa cây mạ xuống ruộng đã được cày bừa xong. Bằng tay mặt, người ta dùng cây nọc chọt lỗ; tay trái tét mấy tép mạ cấm xuống lỗ nọc!

Tùy theo giống lúa, người ta cấy dầy hay thưa, bắt nhẻ hay bắt to. Lúa sớm thì bắt to, cấy dầy; lúa mùa thì bắt nhẻ, cấy thưa.

Cây nọc có hai phần: phần thân nọc giống như cái bắp chuối, hình bát giác, phần dưới nhọn, làm bằng gỗ, phần cán nọc làm bằng loại cây nhẹ như cây quau, đâm ngang thân trên nọc như cây thập giá.

Người công cấy giữ gìn cây nọc rất kỹ, ít khi ai cho mượn. Cấy xong rửa sạch rồi người ta vắt sau lưng đi về nhà.

Cái cảnh bà giữ cháu ở nhà để mẹ đi cấy đi làm ruộng là việc bình thường trong sanh hoạt ngày mùa ở nông thôn.

Hồi đó không có sữa bò, người ta cho trẻ con uống nước cơm, nước cháo pha đường, có bà đưa cháu đi xin "bú thép" (bú sữa nhờ), khi mẹ vắng nhà.

> *Em tôi khát sữa bú tay,*
> *Ai cho bú thép dạ này mang ơn.*

Nay đọc lại bài "Bà ru cháu" nhớ lại cái cảnh quê mình ngày xưa quá! Thuở đó, dân mình ai cũng nghèo, sống lây lất qua ngày, đùm bọc nhau... cứ thế mà trưởng thành..

Trong cái cảnh chung như thế, không ai thấy khổ cả! Nên những hình ảnh mái tranh, con trâu, cái cày, bà mẹ quê, là cái gì nên thơ, dễ thương để lại trong tâm hồn chúng ta mãi mãi về sau.

Ngày nay đời sống người mình có khá hơn, không còn cái cảnh đưa cháu, đưa con đi bú thép, không còn cảnh bà ru cháu để mẹ đi cấy đi cày nữa.

> *"Cái ngủ mày ngủ cho lâu,*
> *Mẹ mầy đi cấy ruộng sâu chưa về".*

Phải chăng nay thuộc về quá khứ?

Theo thời gian, cái hay cái đẹp của quê mình chỉ còn lại trong thơ, trong nhạc.

Nhưng dầu sao đi nữa, có còn hơn không?

Cối giã gạo thời xưa, và cho thấy phụ nữ làm việc này.
(Hình minh họa từ Quốc Văn Giáo Khoa Thư -1935)

KẺ Ở NGƯỜI ĐI

Trong sách Quốc Văn Giáo Khoa Thư dành cho lớp Sơ Đẳng có bài: "Kẻ Ở Người Đi" nay đọc lại vẫn còn thích hợp với hoàn cảnh người Việt ở hải ngoại lắm.

Mở đầu các tác giả viết:

"Cơm nước xong rồi, thầy mẹ tôi, anh em, chị em tôi; cả đến kẻ ăn người ở trong nhà, đều tiễn tôi ra tận bờ sông, chỗ thuyền đậu.

Vừa ra khỏi nhà, thì trong lòng tôi tự nhiên sinh ra buồn rầu vô cùng. Từ thuở bé đến giờ, chỉ quen vui thú ở nhà, nay tôi mới biết cái cảnh biệt ly là một."

Người mình từ xưa, sinh ra ở đâu thì ở đó, ít khi có dời đổi chỗ ở và cũng ít khi có đi đâu rời xa xóm làng, gia đình. Cuộc sống yên lặng, nhàn nhã, đóng kín như thế từ đời này sang đời khác. Mãi đến khi Tây vào cai trị nước ta thì cái xã hội ấy mới bị phá vỡ: đời sống ồn ào hơn, con người năng động hơn và có sự trao đổi hàng hóa, sự đi lại nhiều hơn từ nơi này sang nơi khác.

Bài "Kẻ Ở Người Đi" nói lên cái bối cảnh ấy.

Thuở đó người mình di chuyển xa hầu hết bằng phương tiện đường thủy là chánh, trên bộ những nơi có đường đá thì dùng xe ngựa. Do đó ta thấy khi đi xa khỏi nhà lâu ngày là một việc trọng đại lắm, khiến cả nhà cùng người ăn kẻ ở phải tiễn ra tận bờ sông, tận bến ghe.

Hồi đó, bến ghe chỉ là bờ sông chớ không phải như bến đò, bến tàu có tổ chức quy củ như ngày nay. Nhà giàu ai cũng sắm ghe và mướn bạn ở để chèo đi đây đi đó. Ghe đi xa thường có mui, trong đó có chỗ ăn nơi ngủ. Cái ghe trong Nam thường hay sơn màu đỏ ở mũi với 2 con mắt: tròng đen, tròng trắng, hai bên.

Ghe anh đỏ mũi trắng lườn
Ở trên Gia Định xuống vườn thăm em.

Cái tục lệ đó xuất phát từ đất Gia Định, do sáng kiến của ông Nguyễn Cư Trinh (1716-1767), lúc đó ông là Tham Mưu thống lãnh binh ở Gia Định (1751), cho sơn đỏ mũi ghe nhằm ngăn ngừa nạn trộm cắp trên sông (bấy giờ có Bói Ba Cụm hay cướp giựt trên sông từ Saigon đi Lục Tỉnh).

Ông Nguyễn Cư Trinh quê tổ tiên ở Nghệ An, sau dời vào Thừa Thiên, làm quan thời Chúa Nguyễn Phúc Khoát (1738-1765), giữ chức Tuần Vũ, Quảng Ngãi.

Khi vua Chân Lạp là Nặc Nguyên thông đồng với quân Trịnh để đánh phá chúa Nguyễn, thì ông được cử thống lãnh binh Gia Định tiến vào Nam Vang trừng phạt, Nặc Nguyên thua bèn dâng 2 phủ Tầm Bôn và Lôi Lạp để chuộc tội...

Nhớ lại thuở xưa, trước khi đi đâu khỏi nhà, các bà mẹ hay dặn con phải ăn "ba hột cơm" dằn bụng, lâu ngày thành thói quen như tục lệ của người mình. Ai trong chúng ta cũng ít nhất có một lần gặp cái cảnh "Kẻ ở người đi", để lại ấn tượng sâu sắc và khó quên trong cuộc đời.

Riêng bản thân, nhớ lại lúc mới thi đậu vào lớp Nhì Trường Tỉnh (lớp bốn ngày nay), trước ngày khai trường, tay ôm gói quần áo, chân bước đi mà lòng muốn ở lại... Mẹ tôi đưa tôi ra tận cầu ván, qua cầu rồi mà hai mẹ con chưa muốn chia tay! Đó là lần đầu tiên trong đời phải xa nhà. Cuối tuần đến ngày thứ bảy mới được về thăm nhà, thăm mẹ, thì mừng không gì bằng.

Cái cảnh ấy, cái cảnh "Kẻ ở người đi", "cảnh biệt ly', học trò Quốc Văn Giáo Khoa Thư chúng ta ai cũng có, ai cũng trải qua.

Rồi Quốc Văn Giáo Khoa viết tiếp:

"Chân bước đi, mặt còn ngoảnh lại từ cái mái nhà, cái thềm nhà, cái lối đi, cho đến bụi cây, đám cỏ, cái gì cũng làm cho tôi quyến luyến, khác thường.

Thuyền nhổ sào, ai nấy đều chúc cho tôi được thuận buồm xuôi gió, bình yên khỏe mạnh. Thuyền đi đã xa, mà tôi còn đứng nhìn trở lại, nhìn mãi cho đến lúc không thấy nhà nữa mới thôi. Ôi cảnh biệt ly sao mà buồn vậy!"

Dầu biết ra đi rồi sẽ trở về, nhưng cái cảnh tiễn đưa nào cũng làm cho chúng ta ngậm ngùi, quyến luyến, lúc đó cái bờ ao, cái lu, cái khạp nước, cái hàng rào bông bụp, cái lối vào... tất cả làm cho ta lưu luyến, nó như có tâm hồn vậy. Cái đó phải chăng là "chỗ quê hương" của mỗi chúng ta?

Với người Việt ly hương, kỷ niệm biệt ly của bao gia đình lâm vào cảnh "Kẻ ở người đi" quá to lớn, sâu đậm lắm, khó mà xóa tan được trong ký ức.

Hồi tưởng lại những ngày chuẩn bị ra đi vượt biên vẫn còn thấy cõi lòng tan nát! Tôi phải đưa mẹ lên Sài Gòn ở với tôi như cố giữ lại cái gì sắp mất hẳn...

Sáng hôm đó, mẹ tôi vẫn làm cơm thịnh soạn nhưng cả nhà nào ai ăn cho được, mặc dầu mọi người đều ngồi vào bàn, ăn cho mẹ vui! Tôi lái xe ra khỏi nhà đâu có dám quay đầu lại, nhưng biết chắc mẹ tôi đứng trước cửa nhìn theo lâu lắm.

"Ôi cái cảnh biệt ly, sao mà buồn vậy"!

Ở phần kết cho bài "Kẻ Ở Người Đi" như gợi lại trong tim tôi, tim mỗi chúng ta, những con người viễn xứ, nỗi niềm đau bất tận.

Nay sông biển đã nối liền. Chúng ta ai cũng có dịp về thăm lại nơi mà mình đã "từ đó ra đi", đi trên con đường mòn vào nhà cũ, nhìn lại mảnh vườn xưa, tìm ăn lại món ăn quen thuộc.

Hoặc vào buổi sáng sớm, ra quán cà phê góc phố Saigon quen thuộc, nhâm nhi tách cà phê mới pha thơm lừng bốc khói, nghe lại các câu chuyện rôm rả xung quanh, mà tìm về dĩ vãng.

Đối với người Việt hải ngoại thì ôi cái cảnh biệt ly, kẻ ở người đi quả bi thảm và đau đớn không tả sao cho hết. Rời bỏ tổ quốc là sự chia ly to lớn đối với mỗi chúng ta: Hồi đó ra đi coi như vĩnh biệt, không mong gì trở lại.

Ngày xưa, mấy ông Quốc Văn Giáo Khoa Thư, đã cho là biệt ly khi nói đến cảnh tiễn đưa, thì nay cuộc ra đi vĩ đại của dân tộc mà không có được ai đưa tiễn thì không biết gọi là gì cho đúng, cho xứng đây?...

Sau 30 năm, ở đây chúng ta có tất cả những gì mà trong nước có, nhưng thế mà hằng năm hàng trăm ngàn người lũ lượt về lại Việt Nam.

Tại sao thế?

Bởi lẽ chúng ta ra đi mang theo tất cả cái gì có thể mang, nhưng làm sao mang theo được quê hương, dầu "mỗi người chỉ có một".

Về lại quê hương là để sống thực với cái gì mà ta đã bỏ lại khi ra đi:

- Uống lại một ly cà phê bên đường phố Saigon, nhìn dòng người ngược xuôi qua lại, không quen, nhưng sao thấy Saigon đáng yêu quá...

- Về lại Trà Vinh, ghé thăm cái ao Bà Om không phải vì cái ao dài 500m, rộng 300m rợp bóng cây sao, cây dầu cổ thụ, hoặc rờ mó các rễ cây nổi trên mặt đất gồ ghề, hình dáng lạ thường... mà là tìm lại cái tình quê, cái kỷ niệm một thời học trò, một kỷ niệm thời mới biết yêu!

- Hoặc về thăm lại An Giang, ghé qua nhà lồng chợ mua một hũ mắm ruột, một miếng thịt ba rọi, một gói bún, vài ngọn rau thơm rồi cùng vài người bạn cũ mỗi thằng làm một tô mắm ruột với bún, vừa ăn vừa cắn một

Trẻ em lễ phép nhường lối đi cho người già nơi chợ búa.
(Hình minh họa từ Quốc Văn Giáo Khoa Thư -1935)

trái ớt sừng trâu, nói chuyện trên trời dưới đất thì quả là tuyệt diệu.

- Còn các bà thì rủ nhau đi vía Bà Chúa Xứ ở núi Sam hay lễ Chùa Bà ở Bình Dương ngày rằm. Ráng chen lấn vào xin cho được một cây xăm, ngồi chồm hổm nghe các ông bàn quẻ vận mạng, hoặc vào xin mượn tiền cầu lộc, hy vọng sao về lại Huê Kỳ làm ăn phát tài, con cái đậu bác sĩ, kỹ sư...

Nghĩ lại, càng xa quê lâu ngày thì nỗi nhớ càng chồng chất. Năm mươi năm đọc lại bài "Kẻ ở người đi", trong bối cảnh 30 tháng 4 quả là có ý nghĩa: nó vừa đau mà vừa thú vị.

Cái tâm trạng này mấy ông Quốc Văn Giáo Khoa Thư làm sao hiểu nổi, và mãi mãi không ai hiểu nổi chỉ trừ chúng ta, người trong cuộc.

Thuở nhỏ, đọc "Kẻ ở người đi" để trau dồi tình quê hương, tình gia đình và cũng để tập rèn luyện bản thân tinh thần tự lập, cứng cỏi, không ngại khó khăn.

Nay làm thân viễn xứ, đọc lại bài "Kẻ ở người đi" phải chăng để thương cho thân phận lạc loài, và thương cho con cháu chúng ta rồi đây biết còn có được cái tâm cảnh như chúng ta hay không?

ĐI CHỢ TÍNH TIỀN

*"Một quan[18] tiền tốt mang đi,
Nàng mua những gì mà tính chẳng ra.
Thoạt tiên mua ba tiền gà,
Tiền rưỡi gạo nếp với ba đồng trầu.
Trở lại mua sáu đồng cau,
Tiền rưỡi miếng thịt, giá rau mười đồng."*

Đó là phần đầu của bài ca dao «đi chợ tính tiền» đã được cho vào cuốn sách Quốc Văn Giáo Khoa Thư dạy học trò lớp Sơ Đẳng ngày xưa.

Tiền trong bài là tiền xưa của ta có trước khi Tây vào. Thuở trước năm 1725, Đàng Trong lưu hành tiền đồng cũ của Tàu, thường bị dân phá ra để chế thành đồ dùng nên bị hao hụt. Năm 1725 chúa Túc Tông Nguyễn Phước Trù (1725-1738) bèn cho đúc thêm tiền đồng để lưu dụng. Trong khi trong dân gian vẫn lưu hành đồng tiền chì, gang, thiếc, lậu bất hợp pháp gọi là tiền xấu để phân biệt tiền tốt là tiền đồng.

Mấy câu mở đầu bài "Đi chợ tính tiền" cho ta thấy đời sống bình thường của người xưa, tổ tiên chúng ta thuở đó ăn uống thế nào, chợ búa buôn bán ra sao.

---

18 Quan: là một xâu gồm 10 đồng tiền ngày xưa.
 Tiền: bằng 1/10 của quan.
 Một tiền: bằng 60 đồng tiền kẽm (tiền xấu)

Ngày nay đi chợ ít thấy ai mua trầu cau, vì tục lệ ăn trầu gần như chỉ còn lại trong dịp cưới hỏi mà thôi. Trầu và cau từ lâu đã đi sâu vào đời sống văn hóa người mình tưởng không bao giờ phai nhạt được, thế mà nay chỉ còn là quá khứ!

Thuở nhỏ, sáng sớm, bà ngoại thường biểu ra chợ mua cho bà một chục đôi trầu vàng và mấy trái cau dầy trắng. Trầu vàng là trầu già, lá có màu vàng, độ nồng cao, thơm (trong khi trầu xanh là trầu non); còn cau trắng có vị chát nhưng không gắt như cau đỏ (cau đỏ thường dùng để phơi khô).

Sau này mẹ tôi cũng có thói quen ăn trầu và kiểu cách chọn cau, chọn trầu cũng giống ngoại. Bà têm trầu, ngắt đuôi trầu, cuốn miếng trầu tròn, rồi cho vào miệng nhai trông rất điệu nghệ và xem ngon lành lắm.

Những thế hệ sau này làm sao có cảm giác như thế hệ xưa, thế hệ *Quốc Văn Giáo Khoa Thư*, trong đó chuyện trầu cau, chuyện chợ búa trở thành một phần của đời sống...

Rồi đây thân phận vườn cau, vườn trầu Hóc Môn, Bà Điểm sẽ đi về đâu? Do đó mới nói văn hóa luôn luôn thay đổi, vì văn hóa là phản ảnh của cuộc sống. Khi cuộc sống thay đổi thì văn hóa thay đổi.

Vậy tại sao nói phải bảo tồn văn hóa?

Đó là hai mặt của cuộc sống, đặc biệt là cuộc sống người mình.

Ngày nay *miếng trầu* không còn *là đầu câu chuyện* nữa, nhưng từ lâu miếng trầu đã trở thành tình nghĩa vợ chồng, đã hóa thân thành biểu tượng của sự tôn kính trong lễ cưới, lễ mừng thọ ông bà, lễ cúng tổ tiên...

Bảo tồn văn hóa là bảo tồn các cái ấy, và chắc không ai không muốn bảo tồn văn hóa cả. Do đó ở Mỹ này trong các lễ cưới người mình, ai cũng tìm cách có được ít nhất ba đôi trầu, và trái cau tươi để cúng bàn thờ, cho hai trẻ lạy tổ tiên gọi là bảo tồn văn hóa.

Quốc Văn Giáo Khoa Thư viết tiếp bài "đi chợ tính tiền":

"Có gì mà tính chẳng thông?
Tiền rưỡi gạo tẻ, sáu đồng chè tươi.
Ba mươi đồng rượu, chàng ơi,
Ba mươi đồng mật, hai mươi đồng vàng.
Hai chai nước mắm rõ ràng,
Hai bảy mười bốn kẻo chàng hồ nghi.
Hai mươi mốt đồng bột nấu chè,
Mười đồng nải chuối, chẵn thì một quan."

Trong văn hóa cũng như đời sống hằng ngày của người mình thì hình ảnh người phụ nữ bao gồm người mẹ, người vợ, người con gái cơ hồ gắn liền với việc chợ búa, cơm nước. Do vậy mới có câu:

Trai khôn tìm vợ chợ đông
Gái khôn tìm chồng giữa đám ba quân.

Bởi lẽ thời xưa người phụ nữ Việt Nam, có ít cơ hội ra cộng đồng trừ khi đi chợ, và chính ở đó là nơi họ bộc lộ cho thấy bản chất qua việc giao thiệp, tiếp xúc, tiền nong cũng như cách mua, cách chọn hàng để làm bữa ăn cho cả nhà.

"Ba mươi đồng rượu, chàng ơi"

Cho thấy quả là một bà vợ thương chồng lắm, quan tâm đến sở thích của đức lang quân.

Xưa, lúc nhỏ thấy bà nội lo từng món nhậu cho ông nội, sai người nhà múc tô canh chua ngon mới nấu để riêng cho ông lai rai khi đi Nhà Việc về trễ... thật tôi không hiểu. Rồi đến má tôi tiếp tục làm như thế sau này. Cái đó gọi là gì nhỉ? Nếu không phải là thiên chức, là tình thương thì là gì?

Nhơn bài "đi chợ tính tiền", nên nói qua một chút về cái chợ của người mình.

Không ai nói cái chợ có từ lúc nào, lịch sử nó ra sao, nhứt là chợ Việt Nam nó từ đâu mà ra; nhưng hình ảnh cái chợ là một chút gì rất gắn bó thuộc về tình cảm và tâm hồn của người mình.

Có nhiều loại chợ lắm.

Trước hết là cái "chợ nguyên sơ", là cái chợ "chồm hổm", chợ quê. Đó là cái chợ tự phát, do nhu cầu tự nhiên mà người ta đến với nhau gọi là để trao đổi, mà sau này gọi là mua bán.

Rồi đến các ngôi chợ cố định, có nhà lồng, ai có gì bán nấy, tự động ngồi theo khu, bán theo loại để dễ bán, dễ mua.

Tới Tây vô thì chợ được xây nhà lồng bằng sườn sắt, cột gạch, lợp ngói và giao cho làng quản lý, có thâu tiền chỗ (loại thuế hoa chi).

Đố anh con rít mấy chưn,
Tàu u mấy nhịp, chợ Dinh mấy người.

Chợ Dinh, chợ tỉnh, chợ thành... quy mô hơn, đông người lắm, rầm rộ lắm, nên xưa ông bà mình hay nói "đông như chợ", "ồn như chợ".

Chợ xứ mình bán đủ thứ: tôm cá, rau trái, cây kim sợi chỉ, chai dầu cù là, thuốc cao đơn hoàn tán.

Đi chợ cũng còn được nghe hát vọng cổ, ngâm thơ hoặc xem "Sơn Đông Mãi Võ" rao hàng mà nay gọi là quảng cáo, tiếp thị…

Các cô chưa chồng, các bà gặp trắc trở tình duyên gia đạo đi chợ để đưa tay cho người ta xem chỉ tay, hoặc bói tướng số vận mạng. Cũng không ít bà, ít cô đi chợ ăn hàng, thử một tô hủ tiếu, một cái bánh giá, cái bánh xèo...

Dù ở đâu, chợ lớn hay nhỏ, chợ quê hay chợ tỉnh thì cái chợ Việt mình quả là một hình ảnh độc đáo, một "nét văn minh" rất hấp dẫn.

Đi chợ là có dịp hòa mình thật sự vào cuộc sống, nhìn người chen chúc, ngửi mùi thơm thức ăn, mùi hăng hắc của tôm cá, nghe tiếng mời chào râm rả, nghe từng tiếng hỏi thăm, tiếng tâm sự của người bên cạnh.

Tất cả mọi người đến chợ hầu như đều cởi mở, bộc bạch, xem nhau như thân tình, dầu mới gặp, mới quen. Chợ còn là nơi trao đổi thông tin, ở đó thâu thập tin tức

Cửa hàng tạp hóa.
(Hình minh họa từ Quốc Văn Giáo Khoa Thư -1935)

khắp nơi và sẽ nhanh chóng truyền đi mọi nhà chỉ trong nội nhựt.

Đi chợ Việt Nam ở quê nhà quả là kỳ thú. Chợ là nơi tập hợp của cộng đồng, một loại hình sinh hoạt rất đặc thù, sáng hợp chiều tan nhưng nó mang lại nhiều tình cảm sâu đậm trong người mình, bởi cái âm thanh, cái hương vị, cái màu sắc và đặc biệt tình cảm giữa con người với con người.

Chợ chiều nhiều khế ế chanh,
Nhiều cô gái đẹp nên anh rộn ràng.

Quả cái chợ Việt mình xưa nay vẫn là cái gì hấp dẫn, lôi kéo chúng ta, làm cho mỗi chúng ta ít nhiều nhớ nhung. Cái chợ Việt Nam không còn chỉ là nơi trao đổi mua bán mà trở thành nơi chốn phải tìm đến để gửi gắm và chia sẻ nỗi lòng tình cảm của chúng ta.

Bài "đi chợ tính tiền" là bài ca dao nói lên một mặt của đời sống thật ngày xưa, mà nay hầu như không còn nữa. Chợ trong nước nay cũng theo thời gian mà thay đổi nhiều lắm.

Nào là chợ đầu mối chuyên bán sỉ như Chợ An Đông, Chợ Bà Chiểu, chợ chỉ họp ban đêm như Chợ Lớn Mới (rau cải)... nhưng đi chợ vẫn là thú vui, là thói quen trở thành nét đẹp trong đời sống tinh thần của người mình.

Chúng ta ở hải ngoại, cuối tuần vợ chồng đi siêu thị (chợ Mỹ), chồng đẩy xe, vợ cầm trên tay một cái list ghi các thứ cần mua... đẩy ra quầy cashier trả tiền rồi nhận được tiếng thank you... Cái không khí siêu thị quả khô khan, ngăn cách, hoàn toàn business, vô cảm làm sao, vô tâm, vô tình làm sao!

Thế nhưng biết làm sao? Cuộc sống thay đổi làm thay đổi văn hóa là vậy.

Để cho cuộc sống không vô cảm có lẽ phải trở về lại nền cái tảng gia đình của người Việt mình. Đọc lại Quốc Văn Giáo Khoa Thư, bài "đi chợ tính tiền" thấy ngay cái nếp xưa, người mình vẫn phải cậy nơi người phụ nữ, không vì họ đi chợ hay nấu cơm, làm món ngon cho chồng, cho con, cho gia đình mà vì cần tình thương yêu, chăm sóc ở nơi người vợ, người mẹ qua bữa cơm gia đình.

Cái chợ siêu thị đã vô cảm mà bữa cơm gia đình lại vô cảm nữa thì cái nếp gia đình phải hỏng, phải mất thôi.

Hằng năm có hàng trăm ngàn người Việt về quê, trong đó không ít quí bà, quí cô phải chăng vì quá chán "cái chợ vô cảm siêu thị"? Mấy bà về quê ai cũng muốn tự đi chợ để hưởng lại hương vị ngày xưa và để tự tay mua vài thứ về nấu món mà ngày nào mình ưa thích. Và được như vậy, mấy bà đã lấy làm hả dạ rồi.

Thế mới thấy, dầu sống xa quê, xa cái văn hóa bản địa nhưng người phụ nữ Việt Nam vẫn thấy cái thiên chức của mình và muốn giữ gìn lấy nó.

Giá trị Quốc Văn Giáo Khoa Thư là ở chỗ đó và bài "đi chợ tính tiền" tuy xưa mà vẫn còn có giá trị vậy.

MƯA DẦM GIÓ BẮC

Nước ta ở vùng khí hậu nhiệt đới, gần đường mặt trời (xích đạo) luôn luôn nóng và ẩm; ở miền Nam có 2 mùa: mưa và nắng rõ rệt, trong khi ở miền Bắc thì có 4 mùa: Xuân, Hạ, Thu, Đông. Thuở nhỏ chúng ta ai cũng thích tắm mưa, dầu bạn ở quê hay ở Saigon. Tắm mưa để lại trong chúng ta nhiều kỷ niệm dễ thương và khó quên.

Sang Hoa Kỳ, nếu ở miền Nam bang California thì là nơi ít thấy mưa, và đặc biệt không ai thích mưa huống hồ tắm mưa.

Trong Quốc Văn Giáo Khoa Thư có hai bài nói về mưa đó là "Mưa dầm gió bấc" và "Cơn mưa" dùng làm bài dạy tập đọc cho học trò lớp Dự Bị (lớp Tư).

Ở tuổi cha mẹ, ông bà nay đọc lại sẽ tìm thấy kỷ niệm của mình thời xưa; các thế hệ trẻ ở Hoa Kỳ cần đọc để biết quê hương mình có "hai mùa mưa nắng" (ở miền Nam), hoặc "mưa dầm gió bấc" tiêu điều lạnh lẽo (ở ngoài Bắc).

Hiểu về đất nước, quê nhà không chỉ học lịch sử, học chữ Việt, mà còn phải biết thêm về đời sống của ông bà mình nữa. Ta hãy nghe Quốc Văn Giáo Khoa Thư nói về "Mưa dầm gió bấc":

"Về mùa Đông, gặp khi mưa dầm gió bấc, thì phong cảnh nhà quê trông thật tiêu điều buồn bã. Ngoài đồng

thì buốt giá (trong Nam gọi là lạnh cóng tay chân), thỉnh thoảng mới thấy lác đác có người cày hay bừa. Người nào người nấy cụm cụi mà làm, không chuyện trò vui vẻ như khi ấm áp. Trong làng thì đường sá vắng tanh, bùn lầy đến mắt cá. Xung quanh mình không có một tiếng động, chỉ nghe gió thổi vào bụi tre ù ù, giọt nước rơi xuống đất lách tách".

Cái cảnh người nông dân làm ruộng, cày bừa dưới mưa dầm gió bấc quả là khổ nhọc vô cùng. Thuở xưa người mình chưa có áo đi mưa, nên phải dùng áo tơi, nón lá để che mưa.

Gió bấc là gió thổi từ hướng bắc, thường mang theo khí lạnh. Không thấy nói người nông dân bấy giờ ăn mặc thế nào, nhưng chắc bây giờ đàn bà không còn mặc áo tứ thân và cũng có thể chưa có áo len để giữ ấm bên trong! Cái cảnh lội bùn lầy đến mắt cá hoặc cụm cụi cày cấy dưới mưa vào mùa đông gió bấc thì rất xa lạ đối với Miền Nam.

Ở Miền Nam vào thời điểm đó là cuối năm âm lịch, trời hơi se lạnh, đủ để

Đi trong mưa dầm gió bấc.
(Hình minh họa từ Quốc Văn Giáo Khoa Thư -1935)

cho quý bà "đội khăn chàng hầu', và quý lão ông quấn chiếc khăn rằn vào cổ cho ấm. Lúc này lúa ngoài đồng đã "chạy lá chân", bông lúa bắt đầu nặng hột và người nông dân chuẩn bị gặt.

Nói đến chiếc khăn rằn ở Lục Tỉnh thì ai cũng biết dầu bạn không phải là người "miệt vườn", nhưng về lai lịch nó thì ít người biết. Có người cho rằng người Khơ Me Lục Tỉnh là chủ nhơn của cái khăn rằn, cũng có người cho rằng từ thuở khai hoang, tổ tiên ta đã chế ra cái khăn rằn để thích hợp với điều kiện thời tiết khắc nghiệt bấy giờ. Có thể dùng nó để tắm, để lau mặt và đặc biệt là để phụ nữ quấn tóc cho gọn, chàng hầu trùm đầu cho ấm, cho muỗi khỏi cắn.

Sau bao biến đổi cái khăn rằn có ô trắng/đen biến thành rằn nhưng ô trắng/ đỏ để quí cô gái quê đội hờ làm duyên với mấy anh chàng chưa vợ.

Bài "Cơn mưa" thì Quốc Văn Giáo Khoa Thư viết:

"Trời đương nóng nực, lá cây ngọn cỏ im phăng phắc, bỗng có cơn gió mát thổi. Ngẩng lên (ngước lên) trông thấy về phía Đông Nam mây kéo đen nghịt một góc trời. Ai cũng bảo rằng sắp có trận mưa to. Ngoài đường cái cảnh kẻ đi người lại, người nào cũng bước rảo (lanh chân) để chóng về tới nhà, hay để tìm chỗ trú (núp) cho khỏi ướt. Ở trong nhà thì tiếng gọi nhau ơi ới chạy mưa. Nào là quần áo chiếu chăn (mền), thóc lúa, rơm rạ, phải chạy cho mau. Đâu đâu cũng có tiếng động xôn xao, khác thường. Duy chỉ có ngoài đồng, anh đi cày, chị đi cấy, là cứ điểm nhiên làm việc, vì họ đã phòng bị đủ cả nón và áo tơi rồi".

"Chạy mưa" bưng đồ vô nhà.
(Hình minh họa từ Quốc Văn Giáo Khoa Thư -1935)

"Cơn mưa" mà Quốc Văn Giáo Khoa Thư tả như trên gợi cho chúng ta nhớ cảnh mưa rào ở miền Nam, mà có nhà thơ miền Bắc di cư vào Nam tả là "trời chợt mưa, chợt nắng".

Thuở nhỏ nghe ông bà bảo: nhìn mây đen đồng, sát chân trời thì sắp mưa, còn mây đóng không sát chân trời, gọi là "mây đứt chân", thì không mưa. Cái kinh nghiệm này xem ra luôn luôn đúng.

Cái cảnh dầm mưa cày bừa trong Nam rất bình thường, vì trời không lạnh, vả lại nước sông, nước ruộng rất ấm khi đang mưa.

Lúc nhỏ được phân công lo rút rơm để dành nấu cơm khi trời mưa, hoặc gặp lúc trời mưa liên tiếp mấy ngày thì phải rút rơm đem ra sân phơi và phải ngồi canh chừng mưa.

Vào mùa mưa, trong Nam, người ta thường phải canh lúc có nắng đem phơi áo quần, phơi củi, rơm rạ, và nhứt là phơi lúa để đi xay cho gạo khỏi bị nát.

Cái thú vị nhất mà còn nhớ mãi tới nay là tắm mưa, tắm suốt cơn mưa, tới lúc tạnh mưa mới chạy về nhà thay vội quần áo. Đầu tóc còn ướt, miệng run lập cập, môi tím đen, chạy ùa vào bếp hơ cho ấm. Được mẹ cho một củ khoai lang lùi tro, nóng hổi, thơm lừng. Ăn vội không kịp nuốt... ngon làm sao!

Có những lúc mưa to, gió lớn, không có mẹ ở nhà, chị em đóng kín cửa, đốt lò lửa để giữ nhà vừa cho ấm, vừa trừ ma quỷ. Bên ngoài sấm sét, tiếng nổ vang kéo dài, tia chớp lập lòe sáng chói tỏa vô nhà, làm chị em sợ dại; sợ trời đánh.

Rồi kỷ niệm với mưa sẽ lớn dần theo tuổi và chúng ta lại có nhiều kỷ niệm khác.

Đó là những kỷ niệm đi bắt cá vào mùa mưa.

Ở quê mình có nhiều cách bắt cá truyền thống dân gian mà gia đình ai cũng biết: Nào là bắt bằng nò với đăng với đó, bắt bằng cần chông, bằng câu, bằng lờ, bằng lợp...

Cái này do cha ông ta truyền lại từ kinh nghiệm sống trên sông nước Lục Tỉnh xưa tới nay, và nhờ đó đã nuôi sống người dân, làm tăng thêm nguồn thu nhập gia đình mà không tốn kém chi hết.

Theo bản năng tự nhiên cứ sau những đám mưa lớn khi nước mưa đủ ngập sông rạch, ao vườn thì cá đồng nằm sẵn đâu đó hè nhau tìm cách vượt nước, lội ngược lên ruộng. Ở quê gọi là "cá lên". Cả xóm gọi nhau, xách rổ, xách giỏ ra canh cá lên và cứ thế mà xúc đem về.

Có lẽ bắt cá rô đồng vượt bờ, vượt nước lúc mưa to là vui nhứt. Xúm nhau dầm mưa đi bắt cá rô vượt nước là ngày hội vui nhộn do "mưa rào" đem lại. Sau đó thì đồng ruộng bắt đầu ngập nước, người dân gọi là "nổi nước" và cũng bắt đầu đi vào vụ mùa.

Còn nữa, cái cảnh khoác áo tơi, áo chầm, đội nón lá, ra ruộng gỡ lưới bắt cá rô, cá mè, hoặc thăm mấy cần câu cắm, hoặc đi thăm chừng mấy cái lợp đặt bên bờ đê, hoặc canh nước đứng để đổ nò, đổ đó bắt cá bống kèo nấu cháo thì còn gì cho bằng.

Có đêm thay vì đem cá về nhà, ta tấp ngang cái chòi của ai đó, đốt lửa rơm lên nấu nồi cháo, đứa thì đi quơ quào đâu đó nắm rau thơm, vài trái ớt chỉ thiên, vài tép hành, thế là có một nồi cháo cá bống kèo nóng hổi. Năm ba thằng bạn trời đánh vừa húp cháo vừa tập khề khà rượu đế, nói chuyện "tề thiên" mà thấy hạnh phúc tuyệt vời.

Đọc lại "Mưa dầm gió bấc", đọc lại bài "Cơn mưa" mà nhớ về quê nhà, mà thương cho bà con dầm mưa dãi nắng, cày bừa, bắt tôm, bắt ốc...

Trẻ con ngày nay ở xứ người làm sao sống được như chúng ta ngày xưa. Ở đây nhìn mưa như là hiện tượng khoa học, vô cảm, vô tâm, vô tình.

Hy vọng có dịp phụ huynh kể lại cho các em nghe về mưa ở quê nhà, kể về kỷ niệm của mình với mưa thời nhỏ, chắc rồi ra biết đâu các em nhìn mưa sẽ thú vị dù chỉ là mưa ở xứ người.

Nếu ai có nhớ lại mưa, nhớ lại con cá rô đồng lội vượt nước mùa mưa, đề nghị bạn tìm đến nhà hàng nào đó, kêu một dĩa cá rô chiên xù, hoặc tô canh bầu nấu với cá rô mề để mà sống về quá khứ... Dẫu hơi hướng ngày xưa có phai mất đi ít nhiều!

PHẦN III
ĐẤT NƯỚC VÀ CON NGƯỜI

1. Cái học ngày xưa
2. Công việc nhà nông quanh năm
3. Con Trâu
4. Làng tôi
5. Chùa làng tôi
6. Lính thú đời xưa
7. Ông Phan Thanh Giản
8. Đường xe lửa Đông Dương
9. Thành phố Saigon
10. Văn chương phú lục chẳng hay
11. Ơn trời mưa nắng phải thì

Chữ Hán dùng trong học hành, thi cử.
(Hình minh họa từ Quốc Văn Giáo Khoa Thư -1935)

CÁI HỌC NGÀY XƯA

Trong Quốc Văn Giáo Khoa Thư lớp Dự Bị có bài "Các khoa thi" nói về việc thi cử thời học chữ Hán.

Theo lịch sử, nước ta tự chủ từ thời Ngô Quyền năm 939, và cũng từ đó ta lấy chữ Hán làm gốc để dùng trong giao dịch và học hành thi cử. Trong buổi đầu, nước nhà mới giành độc lập đối với Tàu, các triều đại còn phải lo đối phó với nhiều biến động, nên chưa có thời gian tổ chức học hành, thi cử. Công việc học thường do các nhà sư Phật Giáo đảm trách, vì bấy giờ chỉ có họ mới am tường chữ Hán (Sư Vạn Hạnh là thầy dạy chữ Nho của vua Lê Thái Tổ từ thuở nhỏ). Đến đời Lý, vua Lý Thánh Tôn (1023-1072) mới có sáng kiến lập Văn Miếu để thờ Khổng Tử và cũng vừa để dạy cho các hoàng tử. Đó là Văn Miếu Thăng Long, nay là Văn Miếu Hà Nội.

Đến 1243 vua mới chính thức cho lập Quốc Tử Giám dạy con các vua cùng hoàng thân, rồi đến 10 năm sau mới cho thâu nhận con cái quan lại cùng những thanh niên tuấn tú con của thường dân. Đến năm 1237, Hồ Quý Ly đề nghị vua Trần Thuận Tôn cử các học quan lo tổ chức việc học cho dân ở các địa phương như: lộ, phủ, châu. Rồi đến Minh Mạng mới đặt "quan đốc học" ở trấn, "quan giáo thư" ở phủ, "quan huấn đạo" ở huyện lo tổ chức việc học và chọn thí sinh đi thi.

Cơ cấu giáo dục thì như thế, còn việc dạy dỗ thì thế nào?

Thuở đó học trò không đến trường hằng ngày như ngày nay, mà cứ mỗi tháng phải tập hợp về phủ, huyện theo định kỳ để nghe giảng kinh và truyện. Gọi là bài: "sự giảng sách".

Và cũng theo định kỳ mỗi tháng đến phải tập làm bài viết gọi là "sự tập văn" để thầy chấm điểm (có khi cho bài đem về nhà làm).

Còn trong dân gian, thôn xóm thì có các ông đồ nho dạy tại tư gia, họ là các nhà nho không đỗ đạt (gọi là hàn nho), họ cũng có thể là những người thi đậu nhưng không muốn ra làm quan (gọi là ẩn nho). Một bộ phận lớn nhà nho đỗ đạt, tham gia vào quan trường, hưởng bổng lộc, có địa vị trong xã hội (gọi là hiển nho).

Theo Quốc Văn Giáo Khoa Thư: *"Ngày xưa, học trò chữ Nho đi thi để có chân khoa mục (bằng cấp do vua ban sắc cho) và ra làm quan. Thi có hai khoa: Thi Hương và Thi Hội".*

Năm 1396 vua Trần Nhân Tôn quy định phép thi: cứ năm trước thi Hương thì năm sau thi Hội. Người đậu thi Hương trên 50 điểm gọi là Cử Nhân, dưới 50 điểm gọi là Tú Tài (Tú Tài kép là người đậu 2 khóa thi Hương nhưng không đạt điểm trên 50).

Người đậu khoa thi Hội gọi là Tiến Sĩ. Đến đời Minh Mạng, ngoài tiến sĩ được ghi tên trên chánh bảng, còn lấy thêm học vị phó bảng (bảng phụ); và từ đó ta mới có bằng cấp Phó Bảng (như Phó Bảng Nguyễn Can Mộng, Phó Bảng Nguyễn Sinh Sắc).

Còn Trạng Nguyên là người đỗ đầu kỳ thi Hội, có từ năm 1247, đặt ra bởi vua Trần Thái Tôn (Trạng Nguyên, Bảng Nhãn, Thám Hoa: 3 người đỗ cao nhất trong kỳ thi Hội).

Năm 1374 vua Trần Duệ Tông cho tổ chức thi Hội ở sân vua nên từ đó mới có tên là thi Đình.

Quốc Văn Giáo Khoa Thư viết tiếp: *"Vua Lê Thái Tôn muốn cho việc thi cử thêm bề trọng thể, mới lập ra lệ "xướng danh" và lệ "vinh quy" dành cho các tiến sĩ. Ngài còn cho khắc tên tiến sĩ vào bia đá dựng ở Văn Miếu Hà Nội"* (sau này nhà Nguyễn dựng ở Huế).

Ta hãy nghe cụ Phan Kế Bính tả về lệ xướng danh thời nhà Nguyễn như sau:

"Ngày xướng danh gọi là ngày truyền lô. Hôm đó, bày nghi vệ đại triều ở đền Thái Hòa, các quan mặc đồ triều phục, chia ban đứng chầu, phụng Hoàng Thượng ra ngự diện, rồi quan Khâm Mạng tâu lại việc thi, quan

Xướng danh thí sinh tại tràng thi Hương.
(Hình minh họa từ Quốc Văn Giáo Khoa Thư -1935)

Giám Thị thì triệu các tân khoa tiến sĩ vào nhà công văn, phụng mệnh vua mà ban thưởng cho mỗi người một bộ áo mũ. Các tiến sĩ quỳ lãnh rồi, quan Lễ Bộ dẫn vào quỳ sắp hàng trước sân rồng rồi quan Truyền Lô cầm sổ theo thứ tự mà xướng danh.

Đâu đấy mới treo bảng ở trước lầu Phú Văn ba ngày.

Sau khi ra bảng, ban ăn yến tại dinh Lễ Bộ và ban cho mỗi người một cành kim trâm. Sáng hôm ấy, các quan trường và các tân khoa tiến sĩ mặc đồ triều phục, lễ vọng tạ ơn ban yến. Ăn yến đoạn, mỗi ông tân khoa phải dâng một bài biểu tạ ơn.

Quan Lễ Bộ lại dẫn các quan Giám Thị và các ông tân khoa vào vườn ngự uyển xem hoa, mỗi người đều mặc đồ triều phục cưỡi ngựa che lọng, xem hoa, xong thì đi ra từ cửa thành Đông mà đi xem các phố xá.*"*

Phan Kế Bính
Việt Nam Phong Tục
(Đông Dương Tạp Chí, lớp mới, số 41)

Thi cử ngày xưa nhằm để chọn nhân tài ra giúp nước. Các học vị Tú tài, Cử nhân, Tiến sĩ hay Trạng nguyên do sắc vua phong ban cho qua các kỳ thi tuyển chọn.

Những người đỗ đạt, xem nhiệm vụ giúp nước trị dân là thiên chức, bao gồm các mặt xã hội, trí thức, chánh trị. Địa vị của các nhà nho trong xã hội ta xưa kéo dài gần 10 thế kỷ.

Ngày nay, người trí thức, có học vị cao đều được kính trọng trong xã hội, nhưng không còn được đề cao xem là một thiên chức như các nho sĩ ngày xưa nữa.

Trở lại về Trạng nguyên, tính từ thời Lý đến thời Trịnh thì hết, gồm có 56 Trạng nguyên:

1. Lê Văn Thìn, năm 1075
2. Mạc Hiển Tích, năm 1085
3. Bùi Quốc Khải, năm 1185
4. Nguyễn Công Bình, năm 1213
5. Trương Hanh, năm 1232
6. Nguyễn Quan Quang, năm 1234
7. Lưu Miễn, năm 1239
8. Nguyễn Hiền, năm 1247
9. Lý Đạo Tái, năm 1252
10. Trần Quốc Lặc, năm 1256
11. Trương Xán, cùng khóa năm 1256
12. Trần Cố, năm 1266
13. Bạch Liêu, cùng khóa năm 1266
14. Đào Thúc, năm 1275
15. Mạc Đĩnh Chi, năm 1304
16. Đào Sự Tích, năm 1374
17. Lưu Đức Kiệm, năm 1400
18. Nguyễn Trực, năm 1442
19. Nguyễn Nghiêu Tư, năm 1448
20. Lương Thế Vinh, năm 1463
21. Vũ Kiệt, năm 1473
22. Vũ Tuấn Thiều, năm 1475
23. Phạm Đôn Lễ, năm 1481
24. Nguyễn Quang Bật, cùng khóa năm 1481
25. Trần Sùng Dĩnh, năm 1487
26. Vũ Duệ, năm 1490
27. Vũ Tích, năm 1493
28. Nghiêm Hoàn, năm 1496
29. Đỗ Lý Khiêm, năm 1499
30. Lê Ích Mộc, năm 1502
31. Lê Nại, năm 1505

32. Nguyễn Giản Thanh, năm 1508
33. Hoàng Nghĩa Phú, năm 1511
34. Nguyễn Đức Lương, năm 1514
35. Ngô Miên Thiệu, năm 1518
36. Hoàng Văn Tán, năm 1523
37. Trần Tất Văn, năm 1526
38. Đỗ Tông, năm 1529
39. Nguyễn Thiên, năm 1532
40. Nguyễn Bỉnh Khiêm, năm 1535
41. Giáp Hải, năm 1538
42. Nguyễn Kỳ, năm 1541
43. Dương Phú Tư, năm 1547
44. Trần Bảo, năm 1550
45. Nguyễn Lương Thái, năm 1553
46. Phạm Trân, năm 1556
47. Đặng Thì Thố, năm 1539
48. Phạm Đăng Quyết, năm 1562
49. Phan Quang Tiến, năm 1565
50. Vũ Giới, năm 1577
51. Nguyễn Xuân Chính, năm 1637
52. Nguyễn Quốc Trình, năm 1659
53. Đặng Công Chất, năm 1661
54. Lê Danh Công, năm 1670
55. Nguyễn Đăng Đạo, năm 1683
56. Trịnh Huệ, năm 1736

Tóm lại, cách học, khoa cử thời mà Quốc Văn Giáo Khoa Thư nói trong bài "Các khoa thi" là nhằm đào tạo con người thông hiểu về đạo lý thánh hiền. Tùy hoàn cảnh mà họ là hiển nho, ẩn nho hay hàn nho, nhưng phong cách luôn mẫu mực, đức hạnh, làm gương cho xã hội noi theo.

Xem ra, như vậy nước ta quả là có truyền thống lấy văn học làm gốc, nên mới gọi là nước có 4000 năm văn hiến vì có hiền tài lẫn sách sử văn hóa.

Sau này ta học chữ quốc ngữ, lối thi có khác xưa, nhưng nhân tài hiền sĩ không thiếu, sử sách văn hóa phong phú và đa dạng nữa, xứng đáng tiếp nối truyền thống văn hiến của tổ tiên.

Ông Quan và người tớ theo hầu.
(Hình minh họa từ Quốc Văn Giáo Khoa Thư -1935)

CÔNG VIỆC NHÀ NÔNG QUANH NĂM

Nước Việt ta từ xưa lấy nghề nông là chủ yếu. Trong nghề nông thì trồng lúa là chánh, các loại nông phẩm hoa màu khác là phụ. Dân mình xưa nay ăn cơm là chủ yếu, có vùng thiếu lúa, dân phải ăn kèm khoai mì, khoai lang, bắp. Nên ông bà ta có câu:

Mạnh vì gạo, bạo vì tiền.

Hột gạo, hột cơm được cha mẹ dạy ta quý trọng kêu bằng hạt ngọc; vua chúa luôn có chính sách khuyến nông, khuyên dạy dân không nên bỏ ruộng hoang:

Ai ai đừng bỏ ruộng hoang,
Bao nhiêu tấc đất, tấc vàng bấy nhiêu.

Suốt lịch sử dân mình gắn liền với nông nghiệp, công việc đồng áng không ai dạy, trong gia đình cha mẹ tập tành con cháu ra đồng làm lụng quanh năm, tập tành theo lối "cha truyền con nối".

Chúng ta hãy xem Quốc Văn Giáo Khoa Thư tả "công việc nhà nông quanh năm":

"Tháng giêng là tháng ăn chơi
Tháng hai trồng đậu, trồng khoai, trồng cà.
Tháng ba thì đậu đã già
Ta đi ta hái về nhà phơi khô.
Tháng tư đi tậu trâu bò,
Để ta sắp sửa làm mùa tháng năm.

Sáng ngày, đem lúa ra ngâm[1]
Bao giờ mọc mầm, ta sẽ vớt ra.
Gánh đi ta ném ruộng ta[2]
Đến khi lên mạ, thì ta nhổ về.
Sắp tiền mượn kẻ cấy thuê,
Cấy xong thì mới trở về nghỉ ngơi."

[**Công việc nhà nông quanh năm** trích trong Quốc Văn Giáo Khoa Thư lớp Sơ Đẳng (Lecture Cours Elémentaire).]

Công việc nhà nông được mô tả theo sự tuần hoàn của ngày tháng trong một năm, thích ứng với sự biến chuyển của thời tiết. Nước ta ở vùng nhiệt đới gió mùa, mưa nhiều, độ ẩm cao. Miền Bắc có 4 mùa, Trung và Nam chỉ có 2 mùa mưa và nắng. Qua bài ta biết đây là công việc nhà nông Miền Bắc.

Tháng giêng (tháng âm lịch) là tháng ăn Tết vui chơi, lễ chùa, dân mình ai cũng không muốn đi làm.

Miền Bắc, trồng nhiều hoa màu phụ để tự túc về lương thực gia đình. Khi khoai là thức ăn phụ trộn với cơm gọi là ăn độn, dân Miền Nam sau năm 75 mới biết phương cách ăn độn này.

Ở Miền Nam nông dân ngoài trồng lúa, còn trồng các loại khác nhưng chủ yếu là để bán, họ biết chuyên canh, do đất rộng người thưa. Nên trong Nam có Bến Tre xứ dừa, Cổ Cò xứ dưa hấu, Trung Lương xứ mận, Hóc Môn rau cải, Bà Điểm xứ trầu cau...v.v.

---

1 Trong Miền Nam gọi là ngâm giống.
2 Trong Nam gọi là gieo mạ.

Các ông Phạm Quỳnh, Nguyễn Bính, Nguyễn Hiến Lê vô Nam đã viết nhiều về đời sống, ruộng vườn miền Nam nói lên xứ Nam Kỳ đã có chuyên canh từ lâu.

Con trâu trong câu "Tháng tư đi tậu trâu bò" cũng nêu lên nét đặc thù trong đời sống nông thôn ta xưa. Trâu là phương tiện chính của sản xuất, người chủ có trâu phải đăng bộ ở làng xã, được cấp sổ trâu cũng như sổ bộ ghe. Khi Tây vô chiếm Nam Kỳ thì lập ra sở thú y chủ yếu bảo vệ đàn trâu hầu khai thác các vùng đồn điền miền Tây. Ngoài việc đăng bộ ghi sổ, trâu còn được đóng dấu vào mông (dấu bằng đồng, nướng đỏ, đóng vô mông trâu) để phòng trâu bị trộm. Luật ta xưa phạt người ăn trộm trâu rất nặng, có lúc phải lưu đày biệt xứ.

Việc cấy lúa cần nhiều nhân công, trong Nam thường thì người ta cấy vần công, chỉ có các nhà điền chủ lớn mới mướn công cấy. Người đứng ra lãnh bao cấy cho chủ điền gọi là đầu nậu. Sáng sớm đầu nậu thổi tù-và tập họp công cấy rồi phân bổ đến ruộng. Chủ điền thường bao ăn cho thợ cấy.

Công việc nhà nông, Quốc Văn Giáo Khoa Thư tả tiếp như sau:

> *"Cơ lúa dọn đã sạch rồi,*
> *Nước ruộng vơi mười, còn độ một hai.*
> *Ruộng cao đóng một gàu giai[3]*
> *Ruộng thấp thì phải đóng hai gàu sòng[4].*
> *Chờ cho lúa có đòng đòng[5]*
> *Bây giờ ta sẽ trả công cho người.*

---

3 Loại gàu có cột dây 2 bên có 2 người cầm tát.
4 Loại gàu có cáng, treo bằng 3 cọc, do một người tát.
5 đòng đòng: Bông lúa non chưa trổ ra.

Vác cuốc ra thăm ruộng.
(Hình minh họa từ Quốc Văn Giáo Khoa Thư -1935)

*Bao giờ cho đến tháng mười,
Ta đem liềm hái[6] ra ngoài ruộng ta
Gặt hái ta đem về nhà
Phơi khô, quạt sạch ấy là xong công."*

Sau khi cấy, công việc nhà nông chuyển sang giai đoạn hai, chăm sóc nước, cỏ, chờ lúa trổ và thu hoạch.

Trong Nam có hai loại ruộng lúa: một là loại ruộng đồng, cây lúa chỉ sống nhờ nước mưa; loại thứ hai là ruộng rẫy (đa số) chủ yếu lấy nước sông; loại 2 này thấy ở Hậu Giang, còn miệt Tiền Giang xen kẽ có đồng có rẫy.

Ruộng rẫy thường dùng hệ thống kênh, mương dẫn thủy hoặc xả nước nên không dùng gàu tát. Ruộng đồng gặp khi nắng hạn phải dùng gàu để đưa nước vào ruộng. Trong Nam ruộng phẳng, không có triền, dốc nên thường tát bằng gàu sòng. Ở quê gàu giai thường

---

6 Vòng hái dùng gặt lúa ngày xưa làm bằng loại cây quau nhẹ, hình cùi chỏ, một đầu làm cán cầm, đầu kia để quơ lúa, có tra lưỡi liềm để cắt.

dùng tát ao, tát đỉa bắt cá vào mùa khô gần Tết âm lịch, vì ao đỉa rất sâu.

Lúa chín được thu hoạch bằng vòng hái (Bắc gọi là liềm hái), sau khi gặt xong lúa được bó và chở về sân nhà bằng ghe, cộ, gánh bằng đòn xóc như cây đòn gánh nhưng hai đầu để xóc (đâm) vào bó lúa. Có người gánh mỗi đầu 1 bó, có người mạnh gánh 2 bó mỗi đầu. Do vậy dân Nam Kỳ thường dùng hình tượng cây đòn xóc để chỉ người không có kiên định, đầu nào cũng theo, nhằm thủ lợi (Đòn xóc hai đầu). Lúa được tách hột ra khỏi rạ bằng cách cho trâu đạp, sau đó đem phơi khô, dùng quạt (loại xa quạt lúa), quạt cho sạch, cũng có nơi dùng gió để "dê" cho sạch.

Lúa hột được chứa trong bồ ở nơi khô ráo, người làm ruộng nhiều, lúa được dựa trong kho lớn đóng bằng ván gọi là lẩm lúa. Tóm lại công việc nhà nông, chủ yếu trồng lúa, suốt năm từ lúc gieo mạ đến gặt lúa. Lúa sớm kết thúc vào tháng 10 ta, lúa mùa vào tháng 11, tháng chạp.

Lúa nuôi sống dân, ai có nhiều lúa là nhà giàu. Xã hội ta xếp hạng: Sĩ - Nông - Công - Thương. Nông dân chỉ đứng sau Sĩ (giai cấp quan lại, người có học) mà thôi.

Xem ra mới thấy nông nghiệp là nghề chính của dân mình cho đến thế kỷ 21 này. Đời sống nông dân một nắng hai sương, vất vả nhưng nói chung vẫn nhàn hạ hơn xã hội công nghiệp ở Mỹ này. Nên những ai ở độ tuổi lục tuần không quên được câu:

"Tháng giêng là tháng ăn chơi" trong bài ca dao "Công việc nhà nông quanh năm" của Quốc Văn Giáo Khoa Thư, như tiếc rẻ thuở nhàn hạ ngày xưa!!

CON TRÂU

Trong sinh hoạt ở nông thôn, trâu là con vật rất gần gũi với con người nhứt. Trong lục súc, sáu con vật có công với con người, trong đó con trâu đứng đầu. Do đó trong Quốc Văn Giáo Khoa Thư lớp Dự Bị tác giả viết hai bài nói về con trâu:

- Chăn trâu
- Con trâu

Ở bài Con Trâu ta nghe tác giả tả như sau:

"Trâu lớn hơn bò và sức mạnh hơn, lông đen, cứng và thưa, thỉnh thoảng có con lông trắng, mắt lờ đờ, sừng to và cong lên."

Nhớ hồi còn nhỏ, được cho cưỡi trâu thì khoái lắm.

Trâu cày bừa ruộng.
(Hình minh họa từ Quốc Văn Giáo Khoa Thư -1935)

Lớn lên thỉnh thoảng ở tỉnh về quê thăm nhà vào cuối tuần hoặc mùa nghỉ hè, được mấy thằng bạn cho cỡi trâu đi ăn, có khi lội ruộng, qua sông, thật vô cùng thú vị khiến nhớ mãi.

Con trâu màu trắng được gọi là trâu cò, rất hiếm thấy. Sừng trâu cong và nhọn dùng để chém lộn với nhau, ngoài Bắc gọi là chọi trâu. Hằng năm có các cuộc chọi trâu mở ra vào ngày mùng 10 tháng 8 – *"Dù ai buôn đâu, bán đâu. Mùng 10 tháng 8 chọi trâu thì về"* Có trâu sừng cong quặp xuống giống như sừng dê, hoặc bò, gọi là trâu cui. Trâu đực lớn gọi là trâu cổ. Nông dân miền Nam thường nhà nào cũng có nuôi trâu nếu làm ruộng lớn.[7]

Trong bầy trâu, thường trâu đực nhiều hơn trâu cái, vì trâu đực mạnh khỏe, làm việc giỏi. Nuôi trâu cái có cái lợi, là nó đẻ con, để gây nhiều thêm sức kéo, sức cày. Mỗi con cái thường đẻ một con, trâu con gọi là trâu nghé. Trâu nghé nuôi vài tháng thì được chủ xỏ lỗ mũi để cột gọi là xỏ vàm. (Con gái quê vừa lớn lên chưa làm gì ích lợi cho cha mẹ mà theo trai, bị gọi là "gái bị xỏ mũi").

Trâu là loại nhai lại như bò. Nó ăn vội, nuốt nhanh nhưng đến lúc nằm nghỉ trưa, hay ban đêm mới đùn từ dạ dày lên miệng, rồi nhai lại cho nhuyễn. Trâu bản chất hiền lành, thích sống gần gũi với người.

Ở quê, ban đêm phải đốt rơm hun khói cho muỗi khỏi cắn trâu, có nơi làm mùng cho trâu ngủ nữa, có nơi người ta đào đầm cho trâu nằm trầm mình vào ban đêm cho muỗi không cắn, đầm đó gọi là đầm trâu.

---

7 Làm ruộng lớn: Làm nhiều ruộng, có người có cả hàng trăm mẫu thì gọi là điền chủ hay địa chủ.

Xưa mỗi lần lùa đàn trâu đi từ làng này sang làng khác để cày bừa, thường đi đường sông, gọi là len trâu[8]. Có khi len trâu một đàn mấy trăm con xa cả ngày lẫn đêm.

Ta nghe tác giả Quốc Văn Giáo Khoa Thư tả tiếp về ích lợi của con trâu:

"Trâu dùng để cày ruộng, kéo xe hoặc kéo che đạp mía. Thịt trâu không ngon bằng thịt bò. Da trâu dùng để bịt trống hay làm giày dép. Sừng trâu dùng làm các đồ vật như: cán dao, ống thuốc, lược. "

Con trâu là con vật cực khổ nhứt ở xứ mình. Nó kéo cày, kéo bừa[9], kéo lúa bó về sân, kéo lúa bao (bằng xe trâu) ra bến ghe, bến xe... Trâu cũng kéo che ép mía để làm đường và trâu còn đạp lúa nữa. Cực như trâu là vậy.

Dân ta quí con trâu nên không ai giết trâu ăn thịt, trừ khi trâu bịnh hoặc bị thương không làm việc được, hoặc trâu già... nên soạn giả Viễn Châu có viết bài ca vọng cổ "Kiếp trâu già" được Hữu Phước ca, nói lên thân phận con trâu về già không làm việc được, nghe rất thảm não!

Gò Công, có món thịt trâu xào lá rau mui[10] với nước cốt dừa ăn rất ngon.

Sừng trâu ở quê dùng làm tù-và để thổi tập họp công cấy; hoặc cắt khúc ra làm mõ. Mõ sừng trâu khỏe tiếng kêu nhỏ, nhưng tiếng trong hơn mõ tre và mõ mù u, nên dùng để gõ cúng, lễ, ở nhà.

---

8 Truyện *"Mùa Len Trâu"* của Sơn Nam được dựng phim trong nước do đạo diễn Việt Kiều Pháp bỏ tiền ra quay.

9 Cày bừa: Cày trong Nam kéo bằng hai con trâu (ở Bắc cày một trâu). Cày xong có khi phải bừa cho đất bể ra và trục để cho đất phẳng.

10 Rau mui: Loại đây leo mọc mé sông, lá hơi nhám như lá rau dền, ăn rất bùi.

Da trâu bịt trống và làm da. Ở chợ Lớn, thuộc quận 6 xưa có bến Lò Da cạnh bên Lò Gốm. Saigon thập niên 60 còn thấy làm da trâu, da bò, tỏa ra mùi rất hôi, nước xả xuống rạch. Lò Da nước đen rất dơ! Nghề lò da, lò chén, lò ve chai khu quận 6 Chợ Lớn xưa nằm trong tay người Tàu; bên cạnh các cơ sở thủ công làm lược, làm đèn, làm đinh... Nay chắc thay đổi rồi.

Mỗi nhà nuôi trâu đều có mướn người coi gọi là chăn trâu, thường là con trai độ trạc 10-18 tuổi. Họ thường bị cha mẹ cho ở đợ[11] cho chủ điền để lấy ruộng làm.

Bài chăn trâu, Quốc Văn Giáo Khoa Thư viết:

Thằng chăn trâu.
(Hình minh họa từ Quốc Văn Giáo Khoa Thư -1935)

"Ai bảo chăn trâu là khổ?
Không, chăn trâu sướng lắm chứ..."

Chăn trâu, chăn bò, chăn vịt, duy chỉ có chăn trâu được giới bình dân và thơ ca nói nhiều như là cái gì lãng mạn. Hình ảnh cậu bé đội nón lá, tay cầm roi tre, ngất nghểu trên lưng trâu như tiên ông, quả là thú vị, thơ mộng.

---

11 Ở đợ: đi làm mướn, ăn ở luôn nhà chủ. Có người ở đợ 5 hoặc 10 năm để được chủ để ruộng cho làm.

Trâu thích đi và sống từng bầy nên ít bị lạc, và không cần đeo cái lục lạc kêu leng keng trên cổ như bò.

Chiều lùa trâu về nhốt trong chuồng, hoặc cột từng con vào nọc. Cột trâu cũng có kỹ thuật, gọi là niệc trâu[12] Dây niệc trâu thường làm bằng lạc dừa, đánh săn, 2 sợi nhập lại rất chắc, chịu nước rất tốt.

Tác giả Quốc Văn Giáo Khoa Thư tả tiếp trong bài chăn trâu:

"Đầu đội nón mê như lọng che. Tay cầm cành tre như roi ngựa, ngất nghểu ngồi trên mình trâu, tai nghe chim hót trong chòm cây, mắt trông bướm lượn trong đám cỏ. Trong khoảng trời xanh lá biếc, tôi với con trâu thảnh thơi vui thú, tưởng không còn gì sung sướng cho bằng!"

Thật sự chăn trâu không sướng như vậy. Thằng chăn trâu suốt ngày đêm canh trâu, mưa nắng, muỗi, mồng, đỉa[13] cắn. Có lúc nữa đêm thằng chăn phải thức dậy đốt thêm lửa, châm con cúi[14] để quơ muỗi cho đàn trâu.

Mùa nhiều muỗi, trâu phải nằm dưới đầm, sáng dậy phải dẫn trâu đi tắm, sương gió lạnh lẽo và hôi thối vô

---

12 Niệc trâu: Cột trâu vào nọc phải cột theo cách thắt cổ chó thay vì cột vòng hay cột gúc, rất chặt không bị tuột dây.
13 Mồng: giống như con ruồi, nhưng lớn hơn chuyên cắn trâu. Đưa thường ở vùng nước lợ. Đỉa cắn trâu gọi là đỉa trâu; có loại đỉa ráng thì nhỏ và dài như con trùng hay chui vào lỗ tai trâu. Dân Lục Tỉnh có câu tả cảnh muỗi và đỉa như sau:
*"Muỗi kêu như sáo thổi
Đỉa lội như bánh canh"*
14 Con cúi: Rơm đánh chặt, thắt quấn thành sợi dài như cái bính tóc gọi là con cúi, dùng để giữ lửa (ngày xưa không có hộp quẹt), hoặc dùng để đi đường ban đêm thay đèn, hoặc để đuổi muỗi cho trâu, cho heo, cho người nữa.

Bầy trâu được cho tắm sông.
(Hình minh họa từ Quốc Văn Giáo Khoa Thư -1935)

cùng. Có người ở đợ chăn trâu cho chủ đến khi có vợ mới thôi. Thân phận chăn trâu vừa nghèo lại vừa dốt. Nên khi chê ai dốt, người ta thường nói: "thứ mầy là đồ chăn trâu". Thật tội nghiệp quá!

Đọc con trâu và người chăn trâu trong Quốc Văn Giáo Khoa Thư, ta thấy được bối cảnh đời sống nông nghiệp ở nhà quê ta ngày xưa. Cuộc sống nông thôn rất an phận, bình dị, xưa thế nào giờ thế ấy. Giữa người và vật gắn bó, tình thân như người với người, như bài ca dao sau đây:

" Trâu ơi, ta bảo trâu này,
Trâu ra ngoài ruộng trâu cày với ta
Cái cày vốn nghiệp nông gia,
Ta đây, trâu đó ai mà quản công.
Bao giờ cây lúa còn bông,
Thì còn ngọn cỏ ngoài đồng trâu ăn".

Ngày nay xứ mình ít thấy trâu; nông dân cày máy, kéo lúa bằng máy, tuốt lúa bằng máy... Người nông dân đúng là được "giải phóng" sức lao động như dự đoán của Lê-nin!

Hình ảnh *con trâu, chăn trâu* nay chỉ còn là ký ức, và là ký ức đẹp của thời xưa...

Đọc lại Quốc Văn Giáo Khoa Thư quả lý thú vậy.

LÀNG TÔI

Thuở xưa, người mình lúc Tây chưa vô thì đa phần sống ở thôn quê. Bấy giờ nước ta chưa có thành thị. Người dân đâu ở đó, trao đổi hàng hóa sản phẩm ở chợ quê. Nền kinh tế của mình là nền kinh tế nông nghiệp tự cung tự cấp.

Làng Việt Nam là đơn vị hành chánh cơ sở nhỏ nhất, nhưng nó là cơ bản của xã hội. Làng còn là chỗ tập hợp sinh hoạt của cộng đồng dân chúng; nơi đó ngoài trụ sở hành chánh, trong Nam gọi là Nhà Việc (như ở Mỹ gọi là Civic Center) còn có Đình và Chùa.

Mọi sinh hoạt của người dân đều xoay quanh đình và chùa. Làng nào trong Nam cũng đều có đình. Đình là nơi thờ thần của làng. Sắc thần do vua ban, được giữ kỹ trong một hộp gỗ do một kỳ lão cất giữ, hàng năm vào ngày hội cúng đình, sắc mới được thỉnh đem về Đình làm lễ cúng. Đình do quỹ chung của làng đóng góp xây dựng, gọi là quỹ công nho[15]. Trái lại, chùa do cá nhân xây dựng nên, rồi thỉnh sư về trụ trì.

Thuở xưa, trong xứ Nam Kỳ các nhà giàu thường dựng chùa để làm phước và còn hiến cho chùa đất vườn, đất ruộng để làm tịnh tài lo cho chùa. Phật giáo trong Nam hình thành như vậy, chớ có giáo hội gì đâu.

---

15 Công nho: do đọc trại chữ "công nhu" là quỹ dành cho việc chung, nhu cầu chung.

Tùy hoàn cảnh, tùy duyên mà chùa, đình được xây dựng, nên không có kế hoạch, và không tập trung xung quanh Nhà Việc. Đình và Chùa còn là nơi giải quyết hầu hết những mâu thuẫn, vướng mắc tình cảm, pháp lý của dân làng. Tuy chế độ Việt Nam xưa là phong kiến trung ương tập quyền, nhưng làng ở Việt Nam mang tính tự trị, không như làng ở Châu Âu.

Phép vua thua lệ làng

Câu nói trong dân gian xưa nay nói lên xã thôn Việt Nam mình ngày xưa là dân chủ cấp cơ sở rất cao. Pháp vào cai trị mình coi đó là nét độc đáo và duy trì ở xứ Nam Kỳ thuộc Pháp; các nhà luật pháp cũng lấy đó mà viết sách, dạy học trong các trường luật Việt trước đây. Trong Quốc Văn Giáo Khoa Thư lớp Sơ Đẳng (lớp nhứt trường làng) có bài "Làng Tôi" xin trích:

"Làng tôi ở gần tỉnh, xung quanh làng có lũy tre, đứng ngoài không nom thấy nhà cửa. Đầu làng cuối làng có cổng xây bằng gạch".

Mấy ông biên soạn[16] tả cái "làng tôi" ở miền Bắc nên rất xa lạ với học trò Nam Kỳ Lục Tỉnh. Cái lũy tre[17] đi vào thi ca văn chương, mà sự thực người ở Nam Kỳ không có khái niệm gì về cái lũy trồng tre cả. Giống như thanh niên Việt Nam thế hệ thập niên 50, 60 thích nói về "dòng sông Seine" về "gare Lyon đèn vàng."[18]

---

16 Ban biên soạn gồm có: Ô. Trần Trọng Kim, Nguyễn Văn Ngọc, Đặng Đình Phúc và Đỗ Thận.

17 Lũy: bờ đất trồng tre làm hàng rào (giải nghĩa của Quốc Văn Giáo Khoa Thư)

18 Sông Seine chảy qua Paris, ga xe lửa Lyon ở thủ đô Paris nước Pháp.

Cũng giống như trường hợp Tự Lực văn Đoàn. Số là khi "nước nhà độc lập", cụ Hoàng Xuân Hãn soạn ra chương trình giáo dục đầu tiên, cụ đưa mấy tác phẩm trong Tự Lực Văn Đoàn vào chương trình Trung Học. Sự thể làm cho cả thế hệ học trò miền Nam tưởng rằng trong lục tỉnh cũng có cô Loan hoặc các ông bà Phán! Thật tình trong xứ Nam Kỳ xưa, xã hội đâu có phong kiến như thế, nên đâu nhất thiết phải "đoạn tuyệt" như cô gái Loan đoạn tuyệt gia đình chồng!

Bài "Làng tôi" trong Quốc Văn Giáo Khoa Thư, tả cảnh "làng tôi" êm đềm thơ mộng, cuộc sống bình dị, in đậm trong trí mọi người. Xin trích:

"Trong làng có nhà cửa phần nhiều là nhà lá. Nhà nào cũng có sân có vườn, hoặc có ao nữa, xung quanh có hàng rào tre. Ngoài vườn thì trồng rau, khoai cùng các thứ cây có quả.

"Đường sá thì chỉ có con đường chạy thẳng qua làng là rộng, còn thì những lối đi hẹp, khúc khuỷu quanh co".

Cổng làng với lũy tre bao quanh.
(Hình minh họa từ Quốc Văn Giáo Khoa Thư -1935)

Cuối bài "Làng tôi", tác giả "toát yếu" bằng câu:
Sống ở làng, sang ở nước.

Đây là chủ đích của Quốc Văn Giáo Khoa Thư, nên bài nào tác giá cũng tóm lại bằng một câu tạo ấn tượng và giáo dục học trò. Đúng là cái tâm cảnh người Việt ta xưa kia là như thế, mà ngay cả ngày nay cũng còn.

Làng là nơi thể hiện tình cảm gắn bó, tương lân xóm chòm, khi "tối lửa tắt đèn"[19] vui buồn, hoạn nạn có nhau. Những biểu hiện tiêu cực, xấu xa, vô đạo đức không thể tồn tại. Do vậy vì "sống ở làng" nên mọi người phải tử tế với nhau làm cho cộng đồng, làng xóm an cư thịnh vượng, mọi người thấy bình an.

Từ ở làng rồi con người vươn ra xã hội xung quanh lớn hơn, để thi thố, hun đúc chí nam nhi mà đóng góp cho nước. "Sang ở nước" là ý đó. Đem chí tang bồng trả ơn vua, lộc nước, mới làm cho con người nam nhi sang. Chữ "Sang" ở đây không phải sang vì của, vì tiền, vì ruộng đất; mà "sang vì nước" là hiểu theo nghĩa góp đền nợ nước, ơn vua. Do vậy, con người ta, đặc biệt Việt Nam ly hương, ai cũng muốn đóng góp công sức vào công cuộc xây dựng "quê hương xứ sở"; nếu không thì cảm thấy cuộc đời vô nghĩa, như cây cỏ vô tri vậy!

Năm mươi năm, đọc lại Quốc Văn Giáo Khoa Thư, nhân bài "làng tôi" với câu: *Sống ở làng, sang ở nước* khiến thấm thía làm sao, nhứt là càng về già.

Giá trị của Quốc Văn Giáo Khoa Thư mãi mãi ở trong lòng thế hệ của chúng ta, ngoài những kỷ niệm về thời thơ ấu, nó còn có giá trị cao về giáo dục, mãi tới ngày nay.

---

19 tối lửa tắt đèn: Ý nói khi gặp hoạn nạn khẩn cấp cần giúp (emergency)

CHÙA LÀNG TÔI

Trong đời sống tinh thần của người Việt ngày xưa, đặc biệt là ở nông thôn, thì hình ảnh ngôi chùa đã gây nhiều ấn tượng và giữ lại trong mỗi chúng ta nhiều kỷ niệm sâu sắc, đẹp đẽ, dễ thương và lâu dài.

Bất kể bạn là người có theo đạo Phật hay không, hình ảnh nhộn nhịp nhưng nhẹ nhàng của chùa làng quê trong các ngày rằm, mồng một đầu tháng âm lịch hay ngày Tết quả là những sinh hoạt hấp dẫn, đầy lôi cuốn và thu hút.

Bởi lẽ từ lâu, Phật Giáo thông qua các lễ hội đã ăn sâu vào đời sống, để trở thành phong tục của người Việt chúng ta.

Cảnh một cổng chùa làng, trước mặt có gốc cây đa.
(Hình minh họa từ Quốc Văn Giáo Khoa Thư -1935)

Bài "Chùa làng tôi" trong Quốc Văn Giáo Khoa Thư dành cho học trò lớp Dự Bị (lớp Hai ngày nay) tả cảnh chùa quê cách đây đã một thế kỷ.

Làng là cơ sở hành chánh của Việt Nam, thời Tây, được "lãnh đạo" bởi Ban Hội Tề, họ được tuyển chọn trong những người có học chữ quốc ngữ, chữ Tây, có tiền. Ban Hội Tề có quyền "tự quản" đối với chánh quyền trung ương. Các chức sắc chủ yếu trong Ban Hội Tề gồm như sau:

- **Hương Cả:** người nhiều tuổi và giàu có nhất trong làng, đứng đầu Ban Hội Tề.

- **Hương Chủ:** người phó của Hương Cả.

- **Hương Giáo:** phụ trách giảng giải về lễ nghi, tập quán.

- **Hương Sư:** một người có học vấn cao nhất trong làng, làm cố vấn trong những công việc khó khăn phức tạp, giữ gìn thuần phong, mỹ tục.

- **Hương Trưởng:** tương tự như Hương Sư nhưng kém vai vế.

- **Hương Chánh:** cố vấn về tư pháp và có kinh nghiệm của làng xã, xuất thân từ Hương Thân hay Hương Hào.

- **Hương Thân:** phụ trách việc giấy tờ, sổ sách, có khả năng giải thích công văn của chánh quyền cấp trên gởi tới làng.

- **Hương Hào:** phụ trách về an ninh.

- **Hương Quản:** phụ trách cảnh sát chung trong làng.

- **Hương Lễ:** trông coi về lễ nghi, tế tự.

- **Xã Trưởng (Thôn Trưởng hay Lý Trưởng):** người do ban Hội Tề đề cử và được chánh quyền chấp nhận, cùng với Hương Thân và Hương Hào lập ra sổ danh bộ và sổ thuế bộ. Cả 3 người trên chịu trách nhiệm về mặt hợp pháp hóa giấy tờ văn bản. Phải qua chức Xã Trưởng này trong vài năm mới có thể chiếm địa vị cao hơn.

- **Hương Bộ hay Thú Bộ:** giữ các giấy tờ của làng.
- **Biện Lại:** thư ký do làng đài thọ để giúp việc cho các vị hương chức.
- **Các chức vụ nhỏ như:** Trùm, Trưởng, Cai Tuần... là những người chạy giấy tờ, sai vặt của Ban Hội Tề.

Ban Hội Tề xưa họp và làm việc ở Đình Làng, sau khi Tây vào họ mới cất Nhà Việc làm trụ sở hành chánh của xã.

(Theo "Việt Nam 1920-1945" của Ngô Văn, trang 392)

Chùa là cơ sở Phật Giáo do tư nhân trong làng dựng lên nên không thuộc hệ thống lãnh đạo nào, do nhà sư trông coi mọi thứ với sự đóng góp tài vật của dân làng.

Ta hãy nghe Quốc Văn Giáo Khoa Thư tả cảnh "chùa làng tôi":

Lý Trưởng thu thuế dân làng tới nộp.
(Hình minh họa từ Quốc Văn Giáo Khoa Thư -1935)

"Chùa làng tôi lợp bằng ngói, đằng trước có sân, bên cạnh có ao, xung quanh có vườn, ở trước sân có tam quan, trên là gác chuông, dưới là cửa để ra vào.

Trong chùa trên bệ cao, thì có nhiều tượng Phật bằng gỗ, sơn son thếp vàng. Sau chùa thì có nhà Tổ và chỗ các sư ở. Hai bên là nhà khách. Ngoài sân chùa thì có bia đá, ghi công đức những người đã có công với chùa. Ngoài vườn có vài ngọn tháp là nơi thờ một trong những vị sư đã tịch tại đây".

Cảnh chùa mà Quốc Văn Giáo Khoa Thư tả, nói chung là một tiêu biểu cho chùa xứ mình ở thôn quê.

Chùa nằm khuất mình trong thôn dã, có cây to, bóng mát, cách xa trần tục, luôn luôn và mãi mãi thể hiện tinh thần Phật Giáo, đặc biệt Phật giáo Việt Nam.

Cái cổng tam quan trước chùa không chỉ là tượng trưng cho chùa chiền mà là hình ảnh phổ quát, theo lối kiến trúc đặc thù Việt Nam: Nó được thấy ở đình làng, cổng nhà từ đường, lăng miếu như Lăng Ông Bà Chiểu, Mộ ông Trương Vĩnh Ký...

Đặc biệt cổng tam quan có 3 cửa, cửa chánh luôn luôn đóng, hai cửa nhỏ luôn luôn mở: một dành cho "thiện nam", một dành cho "tín nữ". Phải chăng muốn ám chỉ nam Phật tử đi chùa bởi lòng thiện, nữ Phật tử đến chùa vì lòng tin (?).

Do cửa chùa luôn luôn mở rộng nên cái gì "tự do" free, "miễn phí", thì dân gian gọi là "Của Chùa". Đi lỡ đường ngủ tạm một đêm tại chùa, lỡ đói khát đến chùa ăn bữa cơm, xin uống nước đều không mất tiền. Ăn không mất tiền gọi là "ăn chùa".

Phật Giáo vào xứ ta hồi nào?

Phật Giáo xuất hiện ở Ấn Độ trước Thiên Chúa 500 năm, vào xứ ta thời Giao Châu ở cuối thế kỷ thứ II và đầu thế kỷ thứ III. Phật Giáo vào từ hướng bắc ngả Trung Hoa gọi là Phật Giáo Bắc Tông (Đại Thừa); vào từ phía nam ngả Thái-Lào-Miên, gọi là Phật Giáo Nam Tông (Tiểu Thừa) giống như Phật Giáo nguyên thủy Ấn Độ.

Trong lịch sử Việt Nam có nhiều vị vua sùng đạo Phật, chọn các vị sư làm quốc sư, làm quân sư cho vua. Như vua Đinh Tiên Hoàng (968-979) chọn nhà sư Khuông Việt làm Thái Sư, sau này thời Lý (thế kỷ thứ 10), thời Trần (thế kỷ thứ 13) thì Phật giáo Việt Nam cực thịnh.

Trở lại Quốc Văn Giáo Khoa Thư, tác giả đã tả cảnh sinh hoạt "chùa làng tôi" như sau:

"Ngày rằm, mồng một, cứ đến tối, tôi thường theo bà tôi lên chùa lễ. Sư cụ tụng kinh, gõ mõ, ngồi ở trên; bà tôi và các già ngồi ở dưới, vừa lễ vừa nam mô Phật. Trên bàn thờ thì đèn nến sáng choang, khói hương nghi ngút trông thật nghiêm trang".

Hồi nhỏ ai trong chúng ta cũng có lần chạy theo bà đi lễ chùa, chủ yếu là mong được sư ông cho ăn xôi, ăn chuối và được đi chơi cùng bạn bè mà thôi.

Phật Giáo Việt Nam không có giáo luật thâu nhận trẻ con hồi còn bé vào đạo. Bởi lẽ Phật giáo không có cơ quan truyền giáo như La Mã.

Người Việt ngày xưa đến với Phật giáo dù qua ngã nào nhưng không hề bị cưỡng chế; mà do cái tâm, cái lòng muốn đến với Phật; và tìm hiểu Phật giáo như là một nhu cầu của người Việt ta bấy giờ.

Trở lại hồi nhỏ đi chùa ăn xôi, ăn chuối. Vì chùa làng quê mình xưa thường được cúng chuối. Đó là loại chuối Sứ, còn gọi là chuối Xiêm, thỉnh thoảng người có tiền mới đi cúng chùa bằng chuối cau, chuối ngự, hoặc xôi.

Chuối là thổ sản ở Miền Nam, dễ trồng ở đâu cũng có:

> *Gió đưa bụi chuối sau hè,*
> *Anh mê vợ bé bỏ bè con thơ.*

Không biết từ đâu mà người Miền Nam cử trồng cây chuối trước nhà? Có lẽ cái tên "chuối" nghe xui xẻo nên người ta cử chăng?

Cây chuối rất đa dụng, lá chuối sứ dùng gói bánh, phơi khô gói hàng ngoài chợ. Bánh Tét, giò thủ, nem phải gói bằng lá chuối. Gói bằng giấy bạc như ở Little Saigon không ngon, dễ bị thiu.

Thân chuối non sắt mỏng ăn với mắm kho thì đúng điệu nghệ, thân già thì xắt cho heo ăn hoặc xé nhỏ phơi khô làm dây cột đồ, gói bánh.

Đi lễ chùa vui nhứt, tấp nập nhất và trở thành lễ hội là vào dịp Tết. Nói về lễ chùa thì ta nhớ đến nhà thơ, nhà báo tài ba Nguyễn Nhược Pháp. Ông viết những câu thơ tả cảnh đi chùa tới nay vẫn còn quá hay và chưa có ai hơn:

> *Em không dám đi nhanh*
> *Sợ chàng chê hấp tấp*
> *Số gian nan không giàu...*

Nguyễn Nhược Pháp là con cụ Nguyễn Văn Vĩnh, sanh năm 1914 tại Hà Nội, mất sớm lúc mới 24 tuổi. Tập thơ "Ngày Xưa" của ông được Nguyễn Dương xuất bản năm 1935 tại Hà Nội. (Theo *Thi Nhân Việt Nam* năm 1941 của Hoài Thanh và Hoài Chân).

Chùa làng quê ngày ngày có công phu hai buổi sớm tối. Tiếng mõ đều đều trong đêm vắng làm động lòng chúng ta mỗi khi có dịp đi qua chùa.

Ở đây, Little Saigon may thay chúng ta có nhiều ngôi chùa nguy nga, đẹp đẽ, bề thế và đồ sộ bên cạnh các cơ sở tôn giáo khác. Nhưng chúng ta không tìm thấy những gì mà "chùa làng tôi" đã cho ta thời xưa, thời theo bà đến chùa xin xôi, xin chuối!

Tiếng mõ công phu, hình ảnh sư ông "chùa làng tôi" phải chăng đã thuộc về quá khứ!

Ở Little Saigon, có đêm đi ngang qua chùa, đèn điện sáng choang, nhưng không nghe tiếng mõ công phu, mà thay vào đó tiếng xe hơi, tiếng hát vọng ra từ chiếc xe ai đó vừa chạy vào!

Viết vào những ngày đầu Xuân Ất Dậu.

LÍNH THÚ ĐỜI XƯA

Con người từ thời xa xưa, khi biết sống hợp quần dưới hình thức bộ tộc, cho tới lúc văn minh biết tổ chức thành quốc gia thì đã thường xuyên có chiến tranh. Do đó người lính được xuất hiện làm nhiệm vụ bảo vệ (hay xâm lăng) bộ tộc, lãnh địa, quốc gia. Bài "Lính thú ngày xưa" được các tác giả Quốc Văn Giáo Khoa Thư đưa vào lớp Sơ Đẳng (Cours Elémentaire) gồm 2 phần:

Phần 1: Lúc ra đi
Phần 2: Lúc đóng đồn

Cả hai viết dưới dạng ca dao, thể thơ lục bát cho học trò thuở ấy học thuộc lòng.

Phần 1 tả cảnh lúc ra đi như sau:

"Ngang lưng thì thắt bao vàng,[20]
Đầu đội nón dấu[21] vai mang súng dài
Một tay thì cắp hỏa mai,[22]
Một tay cắp giáo, quan sai xuống thuyền
Thùng thùng trống đánh ngũ liên,[23]
Bước chân xuống thuyền nước mắt như mưa."

---

20 Bao bằng vải vàng, đeo lưng.
21 Nón bằng lá trên có chóp bằng thau.
22 Ngòi nổ dùng cho loại súng nạp trên (nạp tiền).
23 Trống đánh từng hồi 5 tiếng.

Lính ở đây, tác giả ám chỉ lính xưa trước lúc Tây vào, ta có thể hiểu là lính thời nhà Nguyễn. Thời bấy giờ, tùy theo nhu cầu, xã thôn lập sổ đinh (sổ thanh niên trai tráng) trong xã rồi chọn ra 3 lấy 1 hoặc 5 lấy 1 để nộp giao cho quan huyện chuyển lên phủ làm nhiệm vụ "lính thú" ở địa phương hoặc triều đình điều động theo nhu cầu.

Qua bài này ta thấy lính ta đời xưa đã có quân trang quân dụng: lưng thắt dây vải vàng, nón là nón dấu trên chóp làm bằng thau, trang bị súng hỏa mai, (phải châm ngòi mới phát nổ được), lính bấy giờ còn đi chân đất chưa có giày dép.

Trong hình, ta thấy cảnh vợ con lính ra tận bến sông, tay bồng tay dắt con thơ bịn rịn; trong khi đó quan quân thúc trống ngũ liên ra lệnh cho lính phải xuống ghe để đưa đi đóng đồn ở mãi xa, miền núi rừng (miền ngược).

Cảnh chia ly quả là thảm não làm sao! Lính của ta đời xưa như thế thì làm sao chống lại bọn lính Tây, trang bị hiện đại, có tàu chiến bằng sắt, súng nạp hậu bắn xa;

Nơi bến sông, người lính thú từ giã vợ con lên đường.
(Hình minh họa từ Quốc Văn Giáo Khoa Thư -1935)

họ có đại bác, được dẫn đường chỉ điểm của con chiên đạo Ca Tô.

Đọc "Lính thú đời xưa" ta mới hiểu tại sao thành Gia Định bị mất dễ dàng, rồi 3 tỉnh Biên Hòa, Gia Định, Định Tường phải nhường cho Pháp, cũng như 3 tỉnh cuối cùng của Nam Kỳ là Vĩnh Long, An Giang, Hà Tiên bị mất trong 5 ngày!

Người Pháp chiếm nước ta ngoài vấn đề tương quan lực lượng, quân đội Pháp vượt trội, cốt lõi là do Gia Long đã sử dụng lực lượng truyền giáo Ca Tô để tranh thắng với quân Tây Sơn, khiến cho Pháp dòm ngó nước ta.

Phần hai tả cảnh lúc đóng đồn:

"Ba năm trấn thủ lưu đồn[24],
Ngày thì canh điếm[25], tối dồn việc quan.
Chém (đốn) tre, đẵn (chặt) gỗ trên ngàn,
Hữu thân hữu khổ, phàn nàn cùng ai.
Miệng ăn măng trúc, măng mai,
Những giang[26] cùng nứa, lấy ai bạn cùng.
Nước giếng trong, con cá vẫy vùng".

"Ba năm trấn thủ", tác giả cho ta hiểu chế độ quân dịch bấy giờ là ba năm, trong thời gian này lính thú phải đưa đi xa làm nhiệm vụ lưu đồn. Họ là số dân đinh khỏe được chọn từ xã thôn; còn một số đinh lớn tuổi, hoặc có gia cảnh phải ở lại làm lính địa phương như lính làng lính nghĩa quân, lính dân vệ, thời trước năm 1975 của Việt Nam Cộng Hòa.

---

24 Đồn: nhằm canh giữ giặc cướp ở vùng xa xôi.
25 Điếm: Trạm gác, điếm canh ngày đêm.
26 Giang: Loại nứa giống như tre (không có trong Nam)

Hình vẽ trong bài cho thấy cảnh lính thú khuân cây để làm doanh trại, canh gác. Một số lính không nhỏ phái làm việc cho quan, có thể là gia nhân, phục vụ quan chỉ huy ở đồn mà họ trấn thủ. Ngày xưa các cấp chỉ huy hành chánh, quân đội được gọi là quan, quan trên, quan lớn, quan huyện, quan phủ... Khi Tây vào cai trị nước ta họ duy trì cách gọi đó và có quy định chi tiết thế nào là quan, cấp nào là quan lớn; có quan Ta và quan Tây!

Nay, Việt Nam cũng qui định cách xưng hô mới, không gọi là quan có vẻ phong kiến mà gọi là Ngài cho ra vẻ văn minh hơn.

Lính thú hay soldier của Hoa Kỳ thì thân phận cũng như nhau, "hữu thân hữu khổ" quả không biết "phàn nàn cùng ai".

Thời lính thú vẫn có khoảng cách giữa người lính và người thường; nhưng thời nay khoảng cách đó rất lớn, nên soldier cảm thấy khổ cực rất nhiều.

Điếm canh.
(Hình minh họa từ Quốc Văn Giáo Khoa Thư -1935)

Lính thú, lính quân dịch, lính nghĩa vụ quân sự, chỉ khác nhau tên gọi, tất cả nhằm kêu gọi tráng đinh xung vào quân ngũ. Tùy theo cái quân ngũ đó nhằm mục đích gì: Bảo vệ tổ quốc, giữ gìn an ninh, trị an, bảo vệ hòa bình hay xâm lược v.v.

Các tác giả trong Quốc Văn Giáo Khoa Thư không nói gì tới nghĩa vụ cao quý của lính ta ngày xưa cũng không cho thấy lính Tây ra sao!

Qua bài "Lính thú ngày xưa" tác giả chỉ nhằm kể chuyện: lính thú ngày xưa như là chuyện cổ tích. Đó là mục đích của Quốc Văn Giáo Khoa Thư: phi chánh trị (!)

ÔNG PHAN THANH GIẢN

Quốc Văn Giáo Khoa Thư lớp Dự Bị là quyển tập đọc (Lecture Cours Préparatoire) gồm 111 bài. Tuy là quyển sách Tập đọc nhưng mang tính giáo dục cao, đây là quyển sách Giáo Khoa cấp Sơ Học, đã được dùng suốt nửa thế kỷ đầu thập niên thuộc thế kỷ 20.

Trong 111 bài, các tác giả đã dành 10 bài nói đến các nhân vật lịch sử Việt Nam từ đầu cho đến hiện đại. Như là:

1. Truyện hai chị em Bà Trưng
2. Truyện ông Ngô Quyền
3. Vua Lý Thái Tổ dời đô ra Hà Nội
4. Ông Trần Quốc Tuấn
5. Ông Lê Lai liều mình cứu chúa
6. Một kẻ thoán nghịch: Mạc Đăng Dung
7. Vua Lê Thánh Tôn
8. Ông Nguyễn Kim
9. Ông Tổ sáng nghiệp ra nhà Nguyễn: Nguyễn Hoàng
10. Ông Phan Thanh Giản

Lịch sử dạy cho học trò dưới hình thức kể chuyện qua bài tập đọc. Quả là phương pháp mới, có giá trị sư

Thượng Thơ Phan Thanh Giản
(Ảnh sưu tầm trên mạng)

phạm cao so với thời điểm bấy giờ, thời đất nước Việt Nam thời Tây cai trị.

Các tác giả đề cao nhơn vật Phan Thanh Giản trong quyển sách giáo khoa thời ấy quả là khó khăn nếu không thừa lòng can đảm, nếu không quý trọng ông Phan Thanh Giản thì các ông không bao giờ dám làm.

Chúng ta hãy đọc xem các tác giả kể chuyện ông Phan Thanh Giản sau đây:

"Ông Phan Thanh Giản làm kinh lược sứ [27] ba tỉnh phía Tây trong Nam Việt.[28] Khi chính phủ Pháp đánh lấy ba tỉnh ấy, Ông biết rằng chống với Pháp không được nào, mới truyền đem thành ra nộp. Nhưng ông muốn tỏ lòng trung với vua và tự trị tội mình không giữ nổi tỉnh thành cho nước, ông bèn uống thuốc độc tự tử."

Ông Phan Thanh Giản là tiến sĩ đầu tiên ở xứ Nam Kỳ, là danh thần phục vụ 3 đời vua: Minh Mạng, Thiệu Trị, Tự Đức.

Phan Thanh Giản sinh năm 1796 tại làng Bảo Thạnh, Quận Ba Tri, Tỉnh Bến Tre, đậu Cử Nhơn tại trường Gia Định năm 1825, năm sau, 1826, đậu Tiến Sĩ Kỳ Thi Hội, và là người duy nhất đậu tiến sĩ khóa này.

Tổ tiên ông gốc Trung Hoa lánh nạn Mãn Thanh, sang đất Vĩnh Long (nay thuộc Bến Tre) xứ Đàng Trong, làm Thượng Thơ Bộ Hình năm 1847 thời Thiệu Trị; rồi Thượng Thơ Bộ Lại năm 1848 thời Tự Đức.

---

27 Kinh Lược Sứ: quan được toàn quyền cai trị một vùng.
28 Ba tỉnh Miền Tây Nam Kỳ là Vĩnh Long, An Giang và Hà Tiên.

Thực ra Phan Thanh Giản không nộp thành cho Pháp như Quốc Văn Giáo Khoa Thư kể lại. Ta trở lại lịch sử Việt Nam lúc bấy giờ:

"Năm 1862, tình hình Nam Kỳ thêm phần khẩn trương sau khi đồn Kỳ Hòa ở Gia Định thất thủ, lần lượt Pháp đánh chiếm Biên Hòa, Thủ Dầu Một, Tây Ninh, Định Tường, Bà Rịa. Triều đình Huế sai Phan Thanh Giản và Lâm Duy Hiệp vào Gia Định nghị hòa. Kết quả, ta phải ký hiệp ước ngày 5/6/1862 nhường cho Pháp 3 tỉnh miền Đông là Biên Hòa, Gia Định và Định Tường. Tiếp đó, ông lãnh Tổng Đốc Vĩnh Long và được lệnh phải thương thuyết với người Pháp để cứu vãn tình thế..

Năm 1863 ông được cử làm Như Tây Chánh Sứ sang Pháp mong chuộc lại 3 tỉnh đã mất. Phái Bộ đã phải chờ chực trên đất Pháp hơn 2 tháng để cuối cùng chỉ nhận được một lời hứa hẹn vu vơ"

"Trước dã tâm của Pháp muốn chiếm 3 tỉnh còn lại là Vĩnh Long, An Giang và Hà Tiên. Phan Thanh Giản Lần nữa được lệnh Tự Đức vào Nam tìm cách đối phó. Ngày 20-6:1867, Phan tiên sinh cùng Án Sát Vĩnh Long là Võ Doãn Thanh tìm gặp De Lagrandière để hội đàm. Pháp yêu sách quá đáng. Bên ta yêu cầu được hỏi ý kiến triều đình Huế; De Legrandiere chấp thuận. Nhưng khi Phan Thanh Giản trở về thành thì thấy quân đội Pháp đã chiếm thành Vĩnh Long. Rồi Châu Đốc thất thủ vào nửa đêm 21 rạng 22, Hà Tiên sáng ngày 24. Năm ngày mất 3 tỉnh. Toàn lãnh thổ Nam Kỳ vào tay quân cướp nước. Sứ mạng không thành, Phan Thanh Giản đành chịu chết để đền nợ nước".

Sau khi viết sớ về triều, nói lên vận nước không thể ngăn nổi, lời lẽ thống thiết, khuyên các con không nên cộng tác với Pháp, ráng phò vua, rồi nhịn đói 17 ngày không chết. Cuối cùng phải uống thuốc độc tự tử chết ngày 5 tháng 7 năm 1867. Sau khi mất, ông bị triều đình luận tội gắt gao, bị tước chức vị, trên bia chức tiến sĩ bị đục bỏ. Mãi đến triều Đồng Khánh, năm 1886 Phan Thanh Giản mới được khôi phục danh hàm như trước.

Dầu vậy nhân dân miền Nam trước sau vẫn quý trọng ông và xây đền thờ ông ở Bến Tre, Vĩnh Long, Trà Vinh. Thời Việt Nam Cộng Hòa trước năm 1975 tên tuổi ông được đặt tên đường, tên trường.

Sau năm 1975, người Cộng Sản Bắc Việt vào Nam xóa bỏ đền thờ, tên đường, vùi dập tên tuổi Phan Thanh Giản một lần nữa.

Nghĩ kỹ mới thấy danh thần Phan Thanh Giản sanh ra trong thời nhiễu nhương, con người và cuộc đời của ông là một "bi kịch của thời đại".

Ngày nay sau 30 năm, người Cộng Sản miền Nam đã chứng tỏ được bản lĩnh của mình nên tìm cách phục hồi danh dự cho Ông Phan Thanh Giản.

Xem ra mới thấy mấy ông tác giả Quốc Văn Giáo Khoa Thư ngày trước quả là có bản lĩnh và có lòng yêu lịch sử Việt Nam. Nên Quốc Văn Giáo Khoa Thư là bộ sách giáo khoa có giá trị vượt thời gian.

ĐƯỜNG XE LỬA ĐÔNG DƯƠNG

Đông Dương bấy giờ là từ ngữ để chỉ 5 xứ thuộc địa Pháp: Nam Kỳ, Trung Kỳ, Bắc Kỳ, Miên và Lào. Cũng có khi gọi là Liên Bang Đông Dương thuộc Pháp.

Sau khi Pháp ổn định việc chiếm đóng Đông Dương, họ chú tâm vào công cuộc khai thác thuộc địa bằng từ ngữ hào nhoáng là "gieo rắc văn minh", thể hiện qua các công trình có tánh công cộng. Đó là lập nhà dây thép, hệ thống nước máy, trường học, chợ búa, giao thông...

Việc thiết lập đường xe lửa Đông Dương nằm trong chương trình đó.

Xe lửa ngoài Bắc kêu là tàu hỏa, là cái gì xa lạ đối với người mình bấy giờ, cho nên tác giả Quốc Văn Giáo

Xe lửa dừng ở nhà ga, hành khách sắp hàng chờ lên tàu.
(Hình minh họa từ Quốc Văn Giáo Khoa Thư -1935)

Khoa Thư mới có bài dạy học trò lớp Dự Bị, lớp Nhì trường làng ngày xưa: *"Đường xe lửa chạy suốt Đông Dương..."*

Con người sau khi khám phá ra cái vòng tròn, đã đưa đến việc phát minh ra cái bánh xe lăn tròn trên mặt đất, làm giảm sự ma sát. Đó là một cuộc cách mạng lớn.

Ở nhà quê mình xưa nông dân kéo mạ, kéo lúa trên ruộng bằng "cái mong", "cái cộ"; (trẻ con kéo chơi trên sân bằng cái mo cau, tàu dừa) nên rất nặng nề và cực nhọc, bởi sự ma sát.

Trở lại một chút, về lịch sử cái xe ở xứ mình: khởi đầu từ xe ngựa, xe bò, xe trâu (do vật kéo), rồi đến xe kéo, xe lôi, xe xích lô (do người kéo), sau này ta thấy xe do máy kéo như xích lô máy, mobylette kéo, such kéo, Honda kéo...

Tất cả hình ảnh chiếc xe người kéo, ngựa kéo hoặc máy kéo chắc chắn đã tạo cho các thế hệ người Việt chúng ta nhiều ấn tượng, nhiều kỷ niệm về kiếp con người Việt Nam.

Trong Quốc Văn Giáo Khoa Thư mở đầu bài: *Đường xe lửa chạy suốt Đông Dương*, tác giả viết:

"Ở xứ Đông Dương người Pháp đã đặt ra nhiều đường xe lửa để chở hành khách và hàng hóa, hiện nay những đường ấy đã xuyên qua những nơi giàu có và nông dân ở rồi".

Xe lửa có ở Việt Nam hồi nào? Và lịch sử con đường xe lửa Đông Dương ra sao?

Theo tài liệu thì vào năm 1879, ông Thévenet, Giám Đốc Nha Công Chánh Nam Kỳ, theo lịnh ông Thống

Đốc Nam Kỳ bấy giờ là Le Myre de Vilers, (tên trường trung học Nguyễn Đình Chiểu đầu tiên là Le Myre de Vilers), thiết lập dự án đường xe lửa Nam Kỳ.

Dự án đường xe lửa đầu tiên ở Việt Nam này được Hội Đồng Quản Hạt Nam Kỳ thông qua với 9 phiếu thuận, 5 phiếu chống sau 6 giờ tranh cãi. Hôm ấy là ngày 22-11-1880. Có thể nói đấy là ngày lịch sử của hệ thống xe lửa Việt Nam chúng ta.

Dự án của Le Myre de Vilers dự trù làm tuyến đường sắt bắt đầu từ Sài Gòn qua các thành phố ở Lục Tỉnh đến tận Châu Đốc của Việt Nam, rồi tiếp đến Nam Vang (Campuchia), Vạn Tượng (Laos) và cuối cùng là Vân Nam (Trung Hoa). Kế hoạch không được chánh quốc (Pháp) chấp thuận vì con đường thông thương lên Vân Nam bấy giờ đã được khai thông qua ngã sông Hồng Hà ở Bắc Kỳ rồi.

Cuối cùng dự án xe lửa Đông Dương không thành, nên Pháp chỉ cho phép lập đường xe lửa Saigon - Mỹ Tho với tánh cách thử nghiệm cho việc thiết lập con đường xe lửa Đông Dương về sau. Con đường xe lửa Saigon - Mỹ Tho đã trở thành lịch sử, mở đầu cho hệ thống xe lửa trên toàn Việt Nam.

Người dân Mỹ Tho chắc khó quên hình ảnh con tàu sắt to tướng, nhả khói, bóp còi inh ỏi, ngày ngày chạy qua khu Vòng Nhỏ êm đềm ngày xưa!!

Bạn biết không? Con đường đó khởi công vào tháng 11 năm 1881 với kinh phí 11.6 triệu Francs và lăn bánh đầu tiên vào 20-7-1885. Thuở đó cầu xe lửa Bến Lức bắc qua Vàm Cỏ Đông chưa xây xong, nên hành khách phải sang xe. Đến tháng 5-1886 xe lửa mới chạy suốt

Saigon - Mỹ Tho, dài 71 km qua các ga Saigon, An Đông, Phú Lâm, An Lạc, Bình Điền, Bình Chánh, Gò Đen, Bến Lức, Bình Thạnh, Tân An, Tân Hương, Tân Hiệp, Lương Phú, Trung Lương, và Mỹ Tho. Những địa danh mà xe lửa đi qua chắc đã tạo nhiều hình ảnh kỳ thú, hấp dẫn đối với người Việt bấy giờ.

Rồi năm 1958, Ông Ngô Đình Diệm ra quyết định bãi bỏ con đường xe lửa Saigon - Mỹ Tho, sau 73 năm hoạt động; gây xúc động lớn trong lòng người Mỹ Tho và Miền Nam bấy giờ!

Tác giả Quốc Văn Giáo Khoa Thư viết tiếp về bài "Đường xe lửa chạy suốt Đông Dương" như sau:

"Trong các con đường xe lửa ấy, con đường quan trọng nhứt là đường chạy suốt cõi Đông Dương, khi nào làm xong rồi thì các nơi từ biên thùy nước Tàu, cho tới biên thùy nước Xiêm có thể giao thông với nhau được".

Trong khi khai thác rừng núi, làm đường xe lửa, người Pháp sử dụng nhân công lao động, trả công rẻ, sống cơ

Nhà ga xe lửa của Đà Nẵng.
(Hình minh họa từ Quốc Văn Giáo Khoa Thư -1935)

cực, đau ốm, chết chóc rất nhiều. Sau đó, Pháp đề ra chánh sách mộ phu, để khuyến dụ dân nghèo. Cũng giống như người Mỹ, lúc mở đường xe lửa đông-tây qua tận San Francisco cũng sử dụng chánh sách mộ phu từ bên Tàu qua mà hiện vẫn còn nhiều dấu vết lịch sử.

Dự án xe lửa của Le Myre de Vilers sau thay thế bằng dự án xe lửa xuyên Việt: từ Saigon - Huế đến Hà Nội rồi lên Vân Nam (Trung Quốc), cho tới nay vẫn còn sử dụng.

Sách Quốc Văn Giáo Khoa Thư viết tiếp:

"Hiện nay đã làm xong được hai đoạn đầu: một đoạn về Bắc từ Na Sầm đến Cửa Hàn, một đoạn từ Nha Trang đến Saigon. Nhưng đợi đến khi cả đường làm xong thì có ô tô chở hành khách từ Nha Trang ra Cửa Hàn và từ Saigon sang Xiêm. Thành thử từ Bắc vào Nam chẳng mất mấy nỗi thời giờ, đi thẳng một mạch chỉ mất có 2 ngày rưỡi mà thôi".

Tác giả viết bài "Đường xe lửa chạy suốt Đông Dương" vào đầu thế kỷ XX, lúc ấy con đường chưa hoàn thành xong. Do đó có chỗ không có xảy ra về sau như dự định.

Thuở đó, người đi xe lửa từ Bắc vào Nam mất hai ngày rưỡi kể cũng quá nhanh, vượt ra ngoài tưởng tượng của người mình (nay còn 2 ngày).

Con đường xe lửa xuyên Việt chủ yếu chạy theo con đường cái quan, con đường của vua ngày xưa dùng cho việc quân, việc quan, nó đẩy lùi cái hình ảnh chủ quyền của ta về quá khứ, thay thế bằng chế độ bảo hộ. Nhưng khách quan mà nói, hệ thống xe lửa đã góp phần thay đổi diện mạo Việt Nam từ đời sống vật chất đến tinh thần.

Trong khi đó tại các đô thị như Saigon, Mỹ Tho, Cần Thơ, rồi Hà Nội... Pháp đã thay đổi bộ mặt thành phố từ hình ảnh xe ngựa kéo bằng xe người. Những tiếng kêu leng keng", "lốc cốc" của chiếc xe thổ mộ hoặc xe kiếng được thay thế bằng tiếng thở hổn hển của người phu kéo xe.

Bởi lẽ vào năm 1888, Pháp nhập vào Saigon 400 chiếc xe kéo tay (gọi là xe kéo) để phục vụ cho lớp người quyền thế, và xe thổ mộ bị đưa ra ngoại thành.

Rồi đến năm 1934, một viên quan Pháp cải tiến xe kéo tay có vẻ nô lệ, bằng xe xích lô (cyclo) đạp, đầu tiên nhập vào Nam Vang sau đó qua Saigon rồi đến Bạc Liêu. Xe xích lô đạp được người mình gọi là "xích lô Tây", người phu ngồi phía sau, coi có vẻ lịch sự và văn minh, bớt nô lệ hơn!

Người Việt tiếp nhận xe kéo tay, xe xích lô, và cải tiến nó thành chiếc "xe lôi đạp" đa dụng: chở người, chở hàng, trên nhiều địa thế, tận hang cùng ngõ hẻm, làm giảm bớt sự cực nhọc của phụ nữ, giải phóng đôi vai các bà mẹ, bà chị Việt Nam.

Chiếc xe đạp lôi cái thùng có hai bánh xe được gắn vào phía sau yên nên gọi là "xe lôi", có mặt đầu tiên ở Việt Nam vào năm 1917 tại tỉnh Gò Công, do người Gò Công sáng chế. Đến thời có xe máy hai bánh thì "xe gắn máy" thay thế chiếc xe đạp kéo thùng xe, gọi là "xe lôi máy", kêu gọn là xe lôi, để phân biệt với "xe lôi đạp" vẫn còn thông dụng.

Bên cạnh "những văn minh", cái lạc hậu vẫn tồn tại lâu dài vì số người mình thời đó vẫn uống nước sông, nước giếng, xài đèn dầu, kéo xe, đạp xích lô.

Dù sao, qua lịch sử của cái xe; từ xe kéo tay đến hệ thống xe lửa Đông Dương cũng cho thấy có sự tiến bộ.

Nay có dịp trở về nước, thăm quê, đi qua những địa danh mà ngày nào chiếc xe lửa Saigon-Mỹ Tho chạy qua, quả là thú vị và gợi lại trong chúng ta những buồn vui lẫn lộn. Hoặc giả ngồi lại trên chiếc xích lô, dạo quanh khu Saigon, trong lòng chúng ta nổi lên một chút buồn man mác, như nuối tiếc một thời đã qua, những gì đã mất.

Và phải chăng cái tâm trạng đó chỉ có đối với người viễn xứ mà thôi?

Một cảnh thủ đô Sài Gòn, Hòn Ngọc Viễn Đông thời trước.
(Hình sưu tầm trên mạng)

THÀNH PHỐ SÀI GÒN

"Saigon là hải cảng to nhứt ở xứ Đông Dương. Thành phố ấy ở trên bờ sông Saigon, có hai cái lạch chảy hai bên, có đường sắt, đường bộ và nhứt là đường thủy, tức là các nhánh của sông Cửu Long (Mê Kông), sông Đồng Nai và còn nhiều những kênh, ngòi làm giao thông với các tỉnh khác và xứ Cao Miên nữa".

Đó là phần mở đầu của bài "Thành Phố Saigon" trong Quốc Văn Giáo Khoa Thư cuốn sách dành cho học trò Lớp Dự Bị (lớp hai ngày nay).

Thuở bấy giờ Saigon chỉ là thành phố cảng của 5 xứ Đông Dương thuộc Pháp, còn Chợ Lớn và Gia Định là hai tỉnh của xứ Nam Kỳ.

Lúc Tây mới chiếm Saigon, họ triệt phá Qui Thành (thành Gia Định), để người dân không còn nhớ di tích của triều đình. Họ cũng toan tính đổi tên tỉnh Gia Định thành tên Bà Chiểu, hoặc là tên Tân Định... thế nhưng bị sự phản ứng của dân nên tên Gia Định vẫn còn đến năm 1975.

Thành phố Saigon phát triển do yếu tố địa lý, kinh tế thuận lợi của nó, nên được các nước Á Châu, Âu Châu bấy giờ gọi là *"Hòn Ngọc Viễn Đông"*.

Sài Gòn là trung tâm thương mại, nơi hội tụ của các dân tộc, các nền văn hóa, các tôn giáo trên thế giới.

Nơi đây, hai nền văn minh Đông Tây gặp nhau, làm cho người Saigon xưa nay năng động, bộc trực, thẳng thắn, bản lãnh, thông minh, cởi mở, tiếp nhận cái mới dễ dàng...

Hai cái lạch chạy hai bên Saigon mà Quốc Văn Giáo Khoa Thư nói đến là hai con rạch Bến Nghé và Chợ Lớn.

Con rạch Chợ Lớn xưa bị cạn nên vua Gia Long cho lịnh đào vét năm 1819, người chỉ huy công trình là Huỳnh Công Lý, cha vợ của vua Minh Mạng, lúc đó làm Phó Tổng Trấn Gia Định sau bị Lê Văn Duyệt, Tổng Trấn Gia Định xử chặt đầu.

Rạch Chợ Lớn đào xong được vua Gia Long đổi tên là An Thông Hạ, còn người dân vẫn kêu là Kinh Tàu Hủ. Hai bên Kênh Tàu Hủ. (rạch Chợ Lớn hay An Thông Hạ) là khu của người Tàu Chợ Lớn. Họ kết hợp với người Tàu Singapore, chuyên về buôn bán lúa gạo, vận chuyển từ Miền Lục Tỉnh lên, xay ra gạo và xuất cảng: Đó là bến Bình Đông ngày nay.

Đây là khu vực được hình thành đồng thời với khu người Tàu ở Cù Lao Phố, Biên Hòa vào khoảng năm 1778, và đã có lần bị quân Tây Sơn vào truy sát tiêu diệt gần hết vì họ theo chúa Nguyễn!

Nói thành phố Saigon, ta nhớ đến ông Nguyễn Hữu Cảnh, người khai sanh ra xứ Saigon. Số là vào năm 1698, chúa Nguyễn Phước Chu (1691-1725), cử Nguyễn Hữu Cảnh làm Thống Suất vào kinh lược đất Chân Lạp, ông có công lập nên Dinh Trấn Biên tức Biên Hòa và Dinh Phiên Trấn tức là Saigon.

Ông mộ dân đinh trên 40 ngàn người, mở rộng Saigon thêm được 1000 dặm, lập xã Minh Hương dành cho người Tàu ở Phiên Trấn (Chợ Lớn ngày nay) và xã Thanh Hà dành cho người Tàu ở Trấn Biên (Cù Lao Phố).

Trong phần sanh hoạt của thành phố Saigon xưa, Quốc Văn Giáo Khoa Thư tả:

"Có rất nhiều những tàu, xà lan và thuyền chở thóc lúa khắp xứ Nam Việt về Chợ Lớn, mang lên các nhà máy gạo để xay, giã, rồi lại chở sang bến Saigon để xuất cảng. Ở ngoài bến thì có tàu biển chạy ra Bắc Việt, sang Tàu, Nhựt, Xiêm, Phi Luật Tân, Nam Dương quần đảo, sang Pháp và các nước khác bên Âu Châu".

Saigon cách Hà Nội 1730 km đường bộ, cách biển Thái Bình Dương 50km đường chim bay, là cảng lớn nhất Việt Nam cho đến nay, có sức hoạt động 10 triệu tấn một năm.

Saigon có đường sắt mà Quốc Văn Giáo Khoa Thư nói đến, đầu tiên là đường Saigon - Mỹ Tho rồi Saigon - Huế - Hà Nội. Còn đường xe lửa trong nội thành là đường xe lửa Saigon - Chợ Lớn, mà người dân gọi là đường Xe Lửa Giữa chạy từ đường Trần Hưng Đạo vào đường Đồng Khánh.

Ngày xưa, lúa từ Lục Tỉnh đưa lên bến Bình Đông, xay ra gạo rồi bán ra Bắc; và xuất cảng ra nước ngoài do thương lái Tàu Chợ Lớn độc quyền. Chánh sách này có từ thời Mạc Cửu.

Thuở đó, người Tàu lập ra hệ thống thâu mua lúa, cất lều trại để xay lúa, giã gạo bằng tay ở Bạc Liêu, họ độc quyền cung cấp cho chúa Nguyễn. Rồi sau Tổng Trấn Gia Định Lê Văn Duyệt tiếp tục cho người Tàu Minh Hương độc quyền, mãi đến Tây chiếm Saigon, rồi thời ông Nguyễn Văn Thiệu, người Tàu cũng tiếp tục làm giàu trên mồ hôi nước mắt của người dân Lục Tỉnh.

Quốc Văn Giáo Khoa Thư cho ta biết thuở đó người Tàu xuất cảng gạo ra Bắc Việt, Tàu, Nhật, Xiêm, Phi Luật Tân, Nam Dương, Âu Châu.

Như vậy, thuở đó Saigon là nơi đô hội lớn nhứt của Lục Tỉnh Nam Kỳ, nơi đây có cái chợ gọi là chợ Bến Thành, xây khoảng năm 1859 lúc Tây chưa chiếm Saigon. Chợ nằm bên Qui Thành (Thành Gia Định), cạnh bờ sông Bến Nghé nên mới gọi là chợ Bến Thành, bởi vì trên có xe cộ, dưới có ghe thuyền tấp nập, hai bên có phố lợp ngói, buôn bán đủ thứ hàng hóa và còn là nơi trao đổi hàng với nước ngoài...

Sau khi Pháp chiếm Gia Định, họ cho lập một "Nhà Lồng Chợ" mới ở khu Chợ Cũ ngày nay. Rồi đến năm 1887-1888 con kinh trước chợ bị lấp để tạo nên khu vực Võ Di Nguy, Tôn Thất Thiệp. Nguyễn Huệ bây giờ.

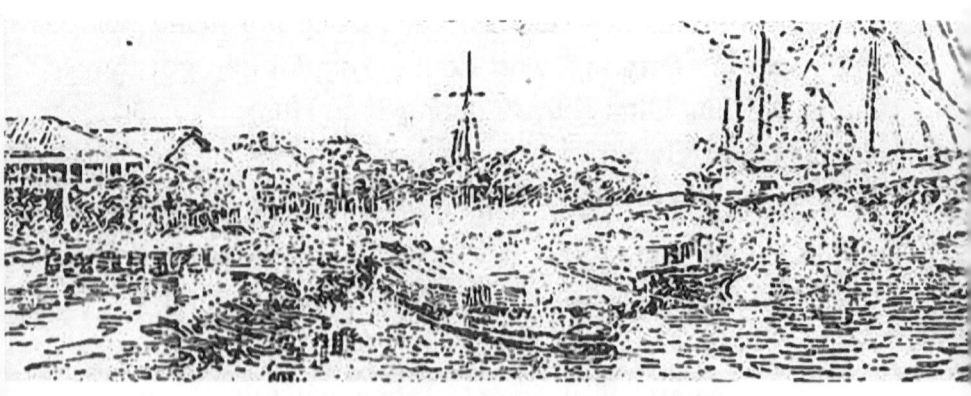

Chợ Nhà Lồng ở Bến Saigon Xưa.
(Hình minh họa từ Quốc Văn Giáo Khoa Thư -1935)

Rồi Chợ Saigon lại dời về vị trí như ngày nay. Khởi công xây cất từ tháng 5-1912 và mở hội khai thị vào tháng 3-1914 suốt 3 ngày 28,29,30 thu hút trên 100.000 người đến coi chơi. Như vậy chợ Bến Thành xưa trở thành Chợ Cũ bây giờ, và chợ Bến Thành Mới gọi là Chợ Mới Saigon, mà người Saigon vẫn gọi là chợ Bến Thành.

Sau bao nhiêu thay đổi, Chợ Bến Thành vẫn tồn tại với kiểu dáng xưa: với tháp đồng hồ 4 mặt, quay theo 4 hướng của 4 cửa chợ: cửa Đông, cửa Tây, cửa Nam, cửa Bắc.

Chợ Bến Thành hiện nay có 3000 cửa hàng buôn bán, sắp xếp ngăn nắp, trông vui tươi náo nhiệt gồm hàng ăn uống, vật dụng hằng ngày đến các loại xa xỉ mắc tiền.

Chợ Mới Saigon, người Saigon vẫn gọi là chợ Bến Thành.
(Hình sưu tầm trên mạng)

Các bà, các cô có dịp về thăm lại Saigon, chắc không thể không ghé lại thăm Chợ Bến Thành, để thưởng thức một món ăn quen thuộc, mà nhớ về một kỷ niệm nào đó trong đời. Hoặc giả chỉ kịp lái xe qua, nhìn cái tháp đồng hồ, nhìn cái bùng binh Quách Thị Trang rồi ra sân bay Tân Sơn Nhứt để trở lại Hoa Kỳ mang theo một ít hơi hướm Saigon để bớt thương, bớt nhớ! Saigon là biểu tượng cho người Saigon, người miền Nam và các bà con ở hải ngoại là vậy đó!

Kể từ năm 1975, Saigon đã đổi tên! Có những đường không còn nữa vì nó đã mang một tên mới. Lòng người có lúc đảo điên, lường lọc, tráo trở, khó lường. Mọi người nhìn nhau trong nghi ky, đối phó. Nhưng rồi con người Saigon vẫn với bản chất Saigon: dám nghĩ, dám làm, bản lãnh, trụ lại được và vươn lên vượt qua cả nước.

Saigon tự hào là nơi phổ biến và phát triển chữ quốc ngữ đầu tiên, nơi đầu tiên ra báo Nhựt Trình cho bà con đọc chơi, nơi đi đầu trong lãnh vực kinh tế, văn hóa, nghệ thuật, nơi có đội ngũ trí thức tiếp nối cụ Đồ Chiểu:

Chở bao nhiêu đạo thuyền không khẳm,
Đâm mấy thằng gian bút chẳng tà.

Người Saigon tự hào đã đóng góp trên 30% trong tổng sản lượng GDP cả nước, chiếm 1/3 dự án đầu tư nước ngoài vào, doanh thu đạt bằng 1/3 tổng số doanh thu toàn nước ngày nay.

Saigon có những công trình văn hóa, giáo dục, tôn giáo gắn liền với đồng bào miền Nam, hải ngoại và nay là cả nước. Như là trường Pétrus Ký, trường Gia Long, Vườn Tao Đàn, Sở Thú, Lăng Ông Bà Chiểu, Chùa Cổ Giác Lâm, Nhà Bưu Điện, Chợ Lớn Mới, Dinh Độc Lập, Nhà Thờ Đức Bà...

Saigon đến nay có trên 300 năm. Quãng thời gian dài ấy đủ để tạo nên nét đặc thù của Saigon, với bản sắc và phong cách sống của "Người Sài Gòn". Phong cách sống của người Saigon có thể nhìn thấy qua cách ăn, cái mặc, cách vui chơi ca hát, cách đọc sách và đọc báo.

Trước hết nói về cách đọc báo của người Saigon. Nếu bạn không phải là người Miền Nam thì sẽ lấy làm ngạc nhiên khi nhìn thấy bác xích lô, bác đạp xe ba gác, bác phu quét đường... sáng sớm ra quán cà phê mua tờ báo vừa đọc vừa nhâm nhi tách cà phê đen đổ ra dĩa. Người phu xích lô nhứt định không rước khách trước khi đọc xong tờ báo vào buổi sáng! Cho nên tầng lớp xích lô, lao động Saigon nói chung họ nhạy bén gần gũi với thời sự xảy ra chung quanh và thế giới.

Còn nói về ăn uống, ngày nay gọi là văn hóa ẩm thực. Cái ăn của người Saigon xưa rõ ràng đã để lại đậm

Xích lô đạp ở một cảnh trung tâm Saigon cũ.
(Hình sưu tầm trên mạng)

nét trên đời sống ẩm thực chúng ta ngày nay, kể cả hải ngoại nữa.

Xin đơn cử một thực đơn của người Saigon mà báo Đồng Nai năm 1932 đã đề nghị như sau:

- **Lót lòng:** cháo trắng ăn với một món, trong vài món sau đây:

Ăn với cá kho chiên lại, hoặc thêm chút nước rồi kho cho sắc lại. Hoặc ăn với tôm khô chiên củ hành hoặc cá lóc chà bông, củ cải ngâm nước mắm.

- **Cơm trưa:** Canh chua bạc hà. Cá nướng (cá sông hay cá biển). Đồ lòng heo xào củ hành với bún tàu (miến). Rau luộc (đọt dền hay đọt lang). Thịt kho nước dừa.

- **Cơm chiều:** canh thịt nấu cải bẹ, thịt kho nước dừa (hồi trưa chừa lại), dưa cải hoặc dưa giá, cá xắt lát hoặc cá rô muối sương rồi chiên, cua xào dấm.

Ăn mãi như thế nếu nhàm, có thể trở bữa, thí dụ:

-Ăn sáng: cháo đậu với cá lóc kho tiêu, cháo đậu đỏ nước cốt dừa. Hoặc cơm tấm với sườn heo nướng.

-**Bữa trưa:** ăn canh bầu nấu với cá trê vàng, thịt bò xào rau cần nước, cá lóc kho với thơm (dứa), xắt mỏng, đầu trái thơm thì luộc, xắt mỏng, ăn với cá kho hoặc canh khoai mỡ, khoai từ. Hoặc canh chua nấu với trái thơm, mắm kho với cá xắt khoanh, với thịt. Mắm kho ăn với rau muống, ghép rau sống và nhiều ớt, hoặc canh cá phèn, cá vược kho ngót.

-**Buổi chiều:** ăn canh mướp với thịt nạc, mắm chưng cách thủy, mắm phải bằm trộn trứng vịt. Bắp chuối hột hoặc cà dĩa, (cà tím trái ngắn và tròn) để sống ăn cặp với mắm chưng, canh khổ qua hầm thịt.

Tóm lại, trên 300 năm, người Saigon đã tạo ra cho mình một bản sắc riêng - bản sắc Saigon, được cả miền Nam tiếp nhận, rồi sau năm 1975 được cả nước học hỏi.

Cho nên dầu Saigon có bị đổi tên, người dân Saigon vẫn giữ được bản chất Saigon, vẫn gọi Saigon là Saigon và tự hào mình là người Saigon.

Thành phố Saigon xưa được mệnh danh là **Hòn Ngọc Viễn Đông**, nay Saigon là biểu tượng chung cho cả nước, cho thế giới, vì người Saigon năng động, luôn tiếp thu cái mới, thích tự do, dám làm chủ bản thân, làm chủ địa phương của mình.

Nay đọc lại bài "Thành Phố Saigon" trong Quốc Văn Giáo Khoa Thư chúng ta không ai không có chút tự hào, dầu bạn có sanh ra lớn lên ở Saigon hay không. Tại sao?

Vì Saigon là biểu tượng của Niềm Tin và Hy Vọng.

Khách sạn Majestic và hình ảnh hai em bán báo dạo.
(Hình sưu tầm trên mạng)

VĂN CHƯƠNG PHÚ LỤC CHẲNG HAY

"Văn chương phú lục chẳng hay" là câu mở đầu của bài "Khuyên về nghề nông", thể loại ca dao, Quốc Văn Giáo Khoa Thư dùng làm bài học thuộc lòng cho học trò lớp Sơ Đẳng ngày xưa:

"Văn chương[29] phú lục[30] chẳng hay,
Trở về làng cũ học cày cho xong.
Sớm ngày vác cuốc thăm đồng,
Hết nước thì lấy gàu sòng[31] tát lên.
Hết mạ ta lại quảy thêm,
Hết lúa ta lại mang tiền đi đong[32]
Nữa mai lúa tốt đầy đồng,
Gặt về đập sẩy[33] bỏ công cấy cày."

Nội dung bài có tánh cách "khuyến nông" khuyên người làm ruộng, qua đó cho thấy công việc nhà nông của người mình ngày xưa.

---

29 Văn chương: Ở đây ám chỉ cái học của người xưa nặng nề về chữ nghĩa, đạo lý.
30 Phú lục: ý nói các bài văn vần, thơ, viết theo luật.
31 Gàu sòng: Dùng tát nước ruộng, treo dưới ba cái cọc. có một người tát.
32 Đong: Là đổ lúa vào thùng. Thùng đong lúa bằng 40 litre, làm bằng kim loại thiếc, do nhà nước Pháp đặt ra để làm dụng cụ đo lường, nên dân gian gọi là "thùng quan".
33 Sẩy: Bỏ lúa vào cái nia, hất lên hất xuống để hột lép và trấu bay ra.

Việc cày cấy do cha truyền con nối; người học trò xưa không đi được con đường văn chương thì phải về làng theo cha, theo anh học cày, học làm ruộng là chuyện bình thường.

Cấy cày vốn nghiệp nông gia.

Cày là khâu chánh trong nông nghiệp, nhằm vỡ đất, lật đất cho đất xốp, làm chết cỏ: cày càng sâu thì sau này cây lúa mới tốt, nên mới có câu: *Cày sâu cuốc bẫm.*

Người mình biết kỹ thuật dùng trâu để cày ruộng rất sớm. Ngoài Bắc thường dùng một con trâu để kéo cày, trong Lục Tỉnh dùng hai con trâu kéo. Người ta dùng khúc gỗ hơi cong, gác lên cổ đôi trâu, gọi là cái ách; cái ách nối với cái cày bằng cái đòn dẫn lực chạy dọc giữa hai con trâu, và nhờ vậy mà cái cày được kéo đi từ cổ của đôi trâu.

Hình ảnh cái ách trên cổ đôi trâu được dùng biểu thị sự cực nhọc của con người cũng như sự nô lệ của người mình thời Tàu, thời Tây cai trị:

- *Ách giữa đàng, mang vào cổ.*
- *Ách đô hộ của ngoại bang*

Gàu sòng dùng tát nước vô ruộng, treo dưới ba cái cọc.
(Hình minh họa từ Quốc Văn Giáo Khoa Thư -1935)

Con trâu muốn thuần hóa, phải tập cày với chủ ít nhất hai mùa. Người và vật làm việc cực nhọc từ sáng tinh sương tới mặt trời lặn mới nghỉ, nên mới có câu "cực như trâu".

Sau khi cày, bừa, xong thì đến giai đoạn cấy.

Lúa giống là loại lúa được tuyển chọn từ mùa trước, giữ cẩn thận trong lu, khạp hay trong mái. Lu, khạp, mái ngày xưa rất phổ thông, từ triều đình đến dân dã ai cũng cần đến và dùng để chứa nước, chứa thức ăn khô, chứa gạo, chứa nếp...

Hình ảnh cô thiếu nữ, đêm trăng múc từng gáo nước trong lu tắm phía sau hè, bên bụi chuối, khóm trúc; hoặc hình ảnh người đi đường trưa hè nóng bức, dừng chân bên khạp nước trước ngõ nhà ai, múc một gáo nước mưa, uống vội vàng... quả vô cùng đẹp, cái đẹp của thuở thanh bình ngày xưa ở quê mình.

Cũng cái lu, cái khạp đó được dùng ngâm lúa giống, lúa giống ngâm một đêm một ngày, rồi mới vớt ra, ủ cho lên mọng đem gieo thành mạ.

Ngâm giống, gieo mạ xưa là việc dành cho bậc lão nông, nhiều kinh nghiệm; còn cấy lúa, tát nước, cuốc cỏ thuộc về các tay lực điền.

Ở Lục Tỉnh có nơi cho tới tháng 5 âm lịch trời vẫn còn nóng oi ức, thỉnh thoảng có vài cơn mưa đầu mùa mà người nông dân gọi là "mưa cho rụng lá cây".

Thời điểm tháng năm, thời tiết rất độc hại đối với con người và súc vật, vào thời điểm đó ta có tục lệ cúng mùng 5 tháng 5 để trừ bịnh thời khí. Mùng 5 tháng 5 âm lịch còn gọi là Tết Đoan Ngọ hay tết giữa năm.

Theo sách bói toán thì cung Ngọ ở về phương Nam, thuộc quẻ dương, khí nóng bức. Ngày ấy người ta đi tìm hái các loại lá thuốc như lá sả, lá tía tô, lá kinh giới đem về nấu cho cả nhà tắm để phòng bịnh thời khí. Có người còn chuẩn bị lá thuốc trước đó, phơi khô để dành, có nơi còn có bài thuốc Nam đặc chế dùng vào dịp này để ngừa sốt rét, phong hàn, đau bụng, tiêu chảy, được truyền tụng như là thuốc quý. Tắm lá thuốc là kinh nghiệm sống dân gian từ ngàn đời, lâu ngày trở thành phong tục của người mình trong ngày Tết Nửa Năm.

Ở Chợ Lớn hoặc các nơi người mình có giao tiếp với người Tàu, mùng 5 tháng 5, Tết Đoan Ngọ có bày thêm hoa quả, mâm cỗ để cúng. Người mình thường cúng bánh ú lá tre, bánh ú nước tro, trái cây, có nơi còn nấu cháo đậu để cúng rồi ăn cho mát. Cúng xong cả nhà cùng ăn sau khi tắm nước lá thơm, gọi là lá thuốc, với hy vọng và tin rằng năm đó cả nhà được khỏe mạnh, không ai mắc bịnh thời khí!

Trở lại công việc nhà nông, sau khi cấy xong người nông dân lo canh giữ nước trong ruộng cho cây lúa tốt tươi; và chờ ngày thu hoạch. Thuở xưa không dùng phân bón lúa và cũng không có dùng thuốc trừ sâu như ngày nay.

Rồi khi gió bấc bắt đầu thổi về nhè nhẹ thì ruộng lúa cũng bắt đầu ngả màu vàng óng ánh.

Hòa trong cái se lạnh, người ta ra đồng cắt những bông nếp chín sớm, đỏ đuôi, nhưng trong ruột hột còn mềm, còn một ít sữa, đem về quết cốm dẹp.

Cái âm vang tiếng chày quết cốm dưới trăng, trai tráng trong làng cùng xúm xít quanh mấy cô thiếu nữ, kẻ nạo dừa, người sảy trấu, rồi đem hột cốm trộn với dừa nạo, đường cát, thế là có một thau cốm dẹp thơm lừng, ngon lành. Món cốm dẹp đặc sản của Lục Tỉnh là món ăn độc đáo lấy từ những hột nếp đầu mùa, ăn một lần làm ta nhớ mãi, là món ăn bắt chước theo người Khờ Me miệt này.

Ngày nay, đọc lại Quốc Văn Giáo Khoa Thư, bài "khuyên về làm ruộng" mà nhớ ngày xưa, nhớ nồi cơm gạo mới, nhớ cơm gạo Chợ Đào, ăn với canh khoai mỡ.

Mùa gặt lúa cuối năm cũng là mùa chuẩn bị Tết, gợi nhớ tiếng chày quết bánh phồng, nhớ hình ảnh những chiếc chiếu bông còn mới tinh trên đó trải đầy bánh phồng nằm phơi dưới nắng trước sân nhà, bên cạnh đống lúa.

"Văn chương phú lục chẳng hay,
Trở về làng cũ học cày cho xong..."

Sống với ruộng vườn, người nông dân thấy vui, thấy hạnh phúc từ đời nay sang đời khác, tạo nên cái phong cảnh an bình, nhàn nhã ở thôn quê.

Ai ơi đừng bỏ ruộng hoang,
Bao nhiêu tấc đất tấc vàng bấy nhiêu.

Dẫu sĩ hay nông, người mình xưa nay vẫn yêu quí mảnh ruộng thửa vườn, và luôn dạy con cháu quý trọng hột cơm, xem như hột ngọc của Trời ban.

Bài "khuyên về làm ruộng" phản ảnh tinh thần yêu quý cần lao, trọng người nông dân tay lấm chân bùn, đó là cái đạo lý của người mình ngày xưa.

ƠN TRỜI MƯA NẮNG PHẢI THÌ

Người mình có danh từ "Trời" rất phong phú, đa dạng, dân dã mà cao siêu lắm. Trước hết, Trời chỉ khoảng không bao la mênh mông trên đầu, như các câu nói:

- *Trời cao đất rộng*

- *Trời cao biển rộng mông mênh,*
Ở sao cho trọn tấm tình phu thê

Trời cũng thường được dùng để chỉ đấng tối cao, làm chủ vạn vật, làm chủ vận mạng con người, như:

- *Trời Phật.*
- *Trời già.*
- *Trời sao Trời ở chẳng công,*
Người ba bốn vợ, kẻ không vợ nào.
- *Trời ơi, sinh giặc làm chi*
Cho chồng tôi phải ra đi chiến trường.

Đặc biệt trong ngôn ngữ Việt Nam, Trời lại chỉ về thời tiết, mưa nắng, hạn hán, lụt lội...

- *Trời mưa cho ướt lá khoai,*
Công anh làm rể đã hai năm ròng.
- *Trời mưa bong bóng phập phồng,*
Mẹ đi lấy chồng, con ở với ai.
- *Trời mưa ướt bụi, ướt bờ,*
Ướt cây, ướt lá ai ngờ ướt em.

Trong Quốc Văn Giáo Khoa Thư có bài "Cày cấy" dùng làm bài học thuộc lòng cho học trò lớp Dự Bị, trong đó tác giả nói đến "Ơn Trời".

> *"Ơn Trời mưa nắng phải thì,*
> *Nơi thì bừa cạn, nơi thì cày sâu.*
> *Công lênh chẳng quản lâu lâu,*
> *Ngày nay nước bạc, ngày sau cơm vàng.*
> *Xin ai đừng bỏ ruộng hoang,*
> *Bao nhiêu tấc đất, tấc vàng bấy nhiêu."*

Chữ Trời trong Quốc Văn Giáo Khoa Thư vừa chỉ Đấng thần linh vừa chỉ hiện tượng thời tiết rất quen thuộc trong dân gian và đặc biệt trong sanh hoạt nhà nông nước ta xưa nay.

Thuở xưa, người mình tin tưởng Trời là Đấng thần tối cao, tạo mưa tạo nắng, để giúp người trần thế cày cấy. Nên mỗi năm nhà vua cũng phải cúng tế Trời, mong "mưa nắng phải thì", đất nước thái bình.

Công việc nhà nông của người mình rất nặng nhọc, phải bỏ rất nhiều công sức và vì thế Quốc Văn Giáo Khoa Thư mới nói rằng:

"Công lênh chẳng quản lâu lâu"

Chớ nếu tính công, tính giờ, trả tiền như xã hội ngày nay thì quả không có tánh kinh tế. Tuy nhiên ở nông thôn, công việc nhà nông là việc gia đình, của chồng, của vợ và con cái.

Cái hạnh phúc lớn lao nhất của người nông dân xưa nay là chờ đợi thu hoạch, gặt hái đem lúa về nhà. Quyết định "thành bại, được thua", người nông dân phó thác cho Trời, vì Trời đem mưa, đem nước. Nên tới nay vẫn còn có câu nói:

Nhứt nước,
Nhì phân,
Tam cần,
Tứ giống.

Yếu tố nước, yếu tố Trời vẫn là yếu tố quyết định sống chết. Vả lại dân mình xưa làm ruộng chỉ có một mùa, thất mùa là cả nhà đói suốt năm, phải đi mượn lúa mượn gạo ăn, chờ mùa tới!

"Ngày nay nước bạc, ngày sau cơm vàng"

Nước bạc là nước phủ trắng đồng, và nước cũng chính là bạc, nghĩa là tiền, để biến sức cày cấy công lao đổ ra thành "cơm vàng".

Xem ra hột cơm quí biết dường nào đối với ông bà ngày xưa.

Trong miền Nam nói "nước bạc" là nói mùa nước đổ từ Nam Vang về sông Tiền, sông Hậu vào độ tháng 5, tháng 6 âm lịch. Lúc ấy là lúc con cá linh đổ về, làm thay đổi bộ mặt nông thôn vùng giáp biên giới Tây Nam.

Người ta nói đất phương Nam hào phóng, nên mùa "cày cấy" trời đất cho con người ở đây nhiều "món ngon vật lạ", khiến khách phương xa từ miền ngoài vào phải ngẩn ngơ, dầu chỉ có một lần nếm thử.

Nói qua cá linh, theo ông Nguyễn Văn Hầu trong cuốn "Nửa tháng trong miền Thất Sơn" thì vào mùa nước đổ, cá linh vừa nở con, phiêu bạt giang hồ vượt biên vào Đồng Tháp Mười, vào Sông Tiền; qua Láng Linh vào sông Hậu. Từ đó cá linh con đổ vào sông rạch, lên đồng ruộng, rồi đến tháng 10, tháng 11 âm lịch, lúc đó con cá linh "lớn trọng" đổ ra sông lớn cung cấp cho người dân những bữa cơm ngon miệng và bổ dưỡng.

Ngon làm sao với món cá linh kho lạt, giầm với me, hoặc cá linh kho lẩu với mắm ăn với bông điên điển thì khỏi chê chỗ nào được.

Riêng ở Gò Công cũng hưởng được món cá linh nấu canh chua bông so đũa, chấm với mắm tôm chà, ăn với cơm gạo mới. Ăn no bụng lúc nào không hay!

Nên tuy canh chua cá linh bông so đũa là bản sao của canh chua cá linh bông điên điển, nhưng rồi nó cũng trở thành thực đơn, không thể thiếu của người mình, đeo đuổi mãi đến bây giờ.

Xin ai đừng bỏ ruộng hoang
Bao nhiêu tấc đất, tấc vàng bấy nhiêu

Từ thời xưa các vua chúa ta đều có chính sách khuyến nông, ra lệnh cho địa phương không để ruộng bỏ hoang.

Nhưng từ khi chúa Nguyễn vào Phương Nam, mở rộng bờ cõi như ta biết thì ruộng đất *cò bay thẳng cánh*, thiếu người làm phải đưa dân từ miền Trung vào. Ai khai hoang, vỡ đất thì được cấp quyền sở hữu và khỏi nộp tô (lúa ruộng) cho quận trong 10 năm. Nên bài *Văn Tế Nghĩa Sĩ Cần Giuộc*, cụ Đồ Chiểu mở đầu:

"Hỡi ơi!
Súng giặc đất rền, lòng dân Trời tỏ,
Mười năm công vỡ ruộng, chưa chắc còn danh nổi tợ
Phao, một trận nghĩa đánh Tây, tuy là tiếng vang như mõ".

Nếu không biết chính sách khẩn hoang bấy giờ thì không hiểu cụ Đồ Chiểu nói gì ở câu "mười năm công vỡ ruộng".

Trong Lục Tỉnh không chỉ làm ruộng, mà tổ tiên ta còn biết trồng các hoa màu, cây ăn trái, như là một nghề chánh, nay gọi là chuyên canh. Đó là nghề trồng giống (trồng rau, cải, dưa, hành, bắp, đậu, cà trên đất cao...); và trồng cây ăn trái, lập vườn trồng trầu, cau, ổi, chuối.

Có dịp về thăm Bến Tre xuống thăm Cù Lao Bảo, Cù Lao Minh, Cù Lao An Hóa, ruộng lúa xen lẫn vườn dừa trĩu trái, mới thấy hết công lao ông bà qua bao nhiêu đời mới để lại cho xứ này trên 40 ngàn mẫu dừa như ngày nay.

Hoặc ghé thăm Cái Mơn quê hương của trái sầu riêng đặc thù Lục Tỉnh, nơi có sáng kiến tạo ra kỹ thuật ghép cây, lai giống cây ăn trái cũng như cây kiểng giúp trên 6000 gia đình sống dư dã và nhàn nhã nơi đồng ruộng, tận làng quê.

Ở quê, Gò Công, nước mặn, đất phèn, thì người xưa biết chọn cây thích hợp và cũng làm giàu làm có, không cần làm ruộng cày bừa vất vả... Gò Công có cây mãng cầu trái tròn (ngoài Bắc gọi là quả na), người địa phương gọi là mãng cầu biển, mãng cầu dai. Trái mãng cầu biển có vị ngọt mà mặn rất đậm đà, múi lại dai, ít hột, kể như là loại trái cây cao cấp, trồng trên đất pha cát ven biển.

Rồi chừng 3 thập niên gần đây, Gò Công lại trồng loại cây lạ, ăn chơi mà kiếm tiền thiệt. Đó là trái "Sơ ri Gò Công", với tên gọi chứng tỏ rằng cái bản quyền đã được cầu chứng bởi xứ Gò Công rồi.

Do đó ở Lục Tỉnh, trước khi Tây vào, người mình đã biết lợi dụng cửa sông, cửa biển để làm nơi giao thương, trao đổi và biến nơi đó thành thương cảng. Đó là thương cảng Nông Nại đại phố ở Biên Hòa, thương cảng Bình Đông (Chợ Lớn ngày nay), thương cảng Phố Chợ Cũ Mỹ Tho, thương cảng Hà Tiên, đặc biệt ở Bãi Xàu, Sóc Trăng, là trung tâm buôn bán gạo sang tận nước Tàu (không lên Saigon) có từ trước thế kỷ 18.

Cảng Bãi Xàu một thời gian buôn bán với nước ngoài, ngoài gạo còn gà, vịt, heo, trái cây đổi lấy hàng vải, chén bát, thuốc Bắc của Tàu. Bãi Xàu là trung tâm thương mại của Lục Tỉnh, của người Việt, người Tàu, người Khơ Me.. tạo nên một nét văn hóa độc đáo còn lại tới nay qua các di tích Đình làng Việt Nam, Chùa Tàu, Chùa Khơ Me.

Đọc lại bài cày cấy của Quốc Văn Giáo Khoa Thư không chỉ thấy nỗi cơ cực của tổ tiên làm ruộng vất vả mà còn hiểu thêm nỗi lòng, tâm tình giữa con người xưa với thần linh với đấng thiêng liêng được gọi chung là Trời.

Tây Phương khác Đông phương trong ý niệm Trời Đất. Người mình quan niệm giữa Trời và Người có sợi dây ràng buộc, có thứ luật vô hình chi phối gọi là Đạo, Đạo Trời.

Phải chăng nhờ vậy mà tộc mình sống luôn lạc quan yêu đời, vượt qua bao thử thách lịch sử suốt 4000 năm?

Mục Lục

ĐÔI LỜI • Nam Sơn Trần Văn Chi
Lần In Tái Bản Thứ Ba Tình Nghĩa Giáo Khoa Thư   7
DẪN NHẬP - Tình Nghĩa Của Cuốn Sách   9
GIỚI THIỆU • **GS. Nguyễn Văn Sâm**   13
TỰA • **GS. Phạm Cao Dương**
                                                19

PHẦN I
LUÂN LÝ GIÁO KHOA THƯ

Học Hành Cố Chí
Lập Thân Nên Người   25
Gia Tộc Là Gì?   30
Anh Em Như Thể Tay Chân   33
Biết Ơn Cha Mẹ   39
Vâng Lời Cha Mẹ   45
Kính Trọng Cha Mẹ   50
Yêu Mến Cha Mẹ   55
Thờ Phụng Tổ Tiên   60
Chọn Bạn Mà Chơi   68
Ngày Giỗ   75
Lịch Sử Nước Nhà   79
Thương Người Như Thể Thương Thân   88
Gần Bùn Mà Chẳng Hôi Tanh Mùi Bùn   94

PHẦN II
GIA ĐÌNH VÀ HỌC ĐƯỜNG

Đi Học Phải Đúng Giờ	103
Làm Người Phải Đi Học	106
Đi Học Để Làm Gì?	112
Học Trò Biết Ơn Thầy	117
Chí Làm Trai	122
Phải Giữ Cho Tấm Lòng Trong Sạch	129
Chỗ Quê Hương Đẹp Hơn Cả	133
Bữa Cơm Ngon	144
Bà Ru Cháu	148
Kẻ Ở Người Đi	156
Đi Chợ Tính Tiền	162
Mưa Dầm Gió Bấc	169

PHẦN III
ĐẤT NƯỚC VÀ CON NGƯỜI

Cái Học Ngày Xưa	177
Công Việc Nhà Nông Quanh Năm	184
Con Trâu	189
Làng Tôi	195
Chùa Làng Tôi	199
Lính Thú Đời Xưa	206
Ông Phan Thanh Giản	211
Đường Xe Lửa Đông Dương	216
Thành Phố Sài Gòn	223
Văn Chương Phú Lục Chẳng Hay	232
Ơn Trời Mưa Nắng Phải Thì	237

TÀI LIỆU THAM KHẢO

1. Trần Trọng Kim - Nguyễn Văn Ngọc - Đặng Đình Phúc - Đỗ Thận, *Quốc Văn Giáo Khoa Thư*, Việt Nam Tiểu Học Tùng Thư 1948, NXB Trẻ in lại 1996
2. Trần Trọng Kim, *Việt Nam Sử Lược*, NXB Đà Nẵng in lại 2003
3. Trần Quốc Vượng, Vũ Tuấn Sáng, *Hà Nội Nghìn Xưa*, NXB Hà Nội 1998
4. Vương Hồng Sển, *Saigon Năm Xưa*, NXB Tp. HCM 1990
5. Sơn Nam, *Đồng Bằng Sông Cửu Long*, NXB Xuân Thu in lại, không ghi năm
6. Dương Quảng Hàm, *Việt Nam Văn Học Sử Yếu*, NXB Sống Mới 1979
7. Nhất Thanh, *Đất Lề Quê Thói*, NXB Tp.HCM 1992
8. Sơn Nam, *Lịch Sử Khẩn Hoang Miền Nam*, NXB Văn Nghệ Tp.HCM 1994
9. Huỳnh Minh, các tác phẩm:
    - *Gò Công Xưa và Nay*, tác giả xuất bản, 1968
    - *Định Tường Xưa và Nay*, T.G xuất bản, không ghi năm
    - *Vĩnh Long Xưa và Nay*, NXB Thanh Niên, 2002
    - *Bạc Liêu Xưa và Nay*, NXB Bách Việt, 1994
10. Nguyễn Hiến Lê, *7 Ngày Trong Đồng Tháp*, NXB Xuân Thu 1954

Học Giả - GS. Nam Sơn Trần Văn Chi
(Chụp bởi Nhiếp Ảnh Gia Thái Đắc Nhã)

NAM SƠN TRẦN VĂN CHI
TÁC PHẨM ĐÃ XUẤT BẢN:

1- ***Tìm Hiểu Cải Lương***. Văn Mới xuất bản năm 2005. (Sách đã hết. Đang chờ tái bản)

2- ***Hương Vị Ngày Xưa***. Xưa Và Nay xuất bản lần đầu tháng 10 năm 2005. Tái bản lần thứ nhứt năm 2006.

3- ***Bảo Đại, Vị Hoàng Đế Cuối Cùng Của Triều Nguyễn***. Xưa Và Nay xuất bản lần đầu năm 2013.

3- ***Tình Nghĩa Giáo Khoa Thư***. Xưa Và Nay xuất bản lần đầu năm 2005. Tái bản, in lần thứ Hai, 2006. Tái bản, in lần thứ Ba, NXB SỐNG, 2024.

4- ***Trần Văn Chi, Hoạt Động tại Hoa Kỳ***. Đông Á xuất bản năm 2001.

ĐÓN ĐỌC TÁC PHẨM SẮP IN:

5- ***Triều Nguyễn và Công Cuộc Mở Đất Phương Nam***. NXB SỐNG, 2024

6- ***Món Ngon Miền Nam***. NXB SỐNG, 2024

7- ***Tình Nghĩa Giáo Khoa Thư***. Ấn bản Anh ngữ, NXB SỐNG, 2024.

8- ***Good Morning Little Saigon***

www.ingramcontent.com/pod-product-compliance
Lightning Source LLC
LaVergne TN
LVHW091636070526
838199LV00044B/1087